चला जाणून घेऊ या!

परमार्थ

लेखक

आर. एन. लखोटिया

अनुवाद

डॉ. वृषाली पटवर्धन

मेहता पब्लिशिंग हाऊस

All You Wanted To Know About

Spiritualism in Day-to-Day Life

Originally Published by Sterling Publishers Pvt. Ltd., New Delhi.

चला जाणून घेऊ या! परमार्थ

अनुवाद : डॉ. वृषाली पटवर्धन

Email : author@mehtapublishinghouse.com

मराठी अनुवाद व प्रकाशनाचे हक्क मेहता पब्लिशिंग हाऊस, पुणे.

प्रकाशक : सुनील अनिल मेहता, मेहता पब्लिशिंग हाऊस,
१९४१, सदाशिव पेठ, माडीवाले कॉलनी, पुणे – ३०.

मुद्रक : मुद्रा, ३८३, नारायण पेठ, पुणे – ४११०३०.

मुखपृष्ठ : मेहता पब्लिशिंग हाऊस, पुणे

प्रकाशनकाल : सप्टेंबर, २००७ / मे, २०१२ /
पुनर्मुद्रण : ऑगस्ट, २०१९

किंमत : ₹ ७०

P Book ISBN 9788177668506

लेखकाबद्दल थोडेसे

आर. एन. लखोटिया –

देशात 'कर'विश्वात आर. एन. लखोटिया यांचं नाव अतिशय आदरानं घेतलं जातं. आयकर, शाकाहार, जगण्याच्या आणखी चांगल्या पद्धती, विनोद इत्यादी विषयांवर ते नियमितपणे अनेक पुस्तकं लिहितात आणि संपादित करतात. 'टाइम्स ऑफ इंडिया'त 'टॅक्स डॉक्टर' हा त्यांचा नियमित स्तंभ प्रसिद्ध होतो. त्यांनी लिहिलेल्या पुस्तकांच्या ४०० हून अधिक आवृत्त्या निघाल्या आहेत. 'आयकर दाता' संघटनेचे तसंच राजस्थानी अकादमीचे ते संस्थापक अध्यक्ष असून 'हिंदीभवन'चे आजीव विश्वस्त आहेत. अजूनही विविध सामाजिक तसंच सांस्कृतिक उपक्रमांमध्ये ते सक्रिय सहभाग घेतात. 'लायन्स क्लब इंटरनॅशनल' चे प्रांतपाल (डिस्ट्रिक्ट गव्हर्नर) म्हणूनही त्यांनी काम पाहिलं. 'लखोटिया कॉलेज ऑफ टॅक्सेशन अँड मॅनेजमेंट'चे ते प्राचार्य आहेत, तसंच भारतीय शाकाहारी परिषद, उत्तर भारत (इंडियन व्हेजिटेरियन काँग्रेस, नॉर्दर्न इंडिया) या संस्थेचे आजीव आश्रयदाते, पालक आहेत. शाकाहाराच्या आग्रही प्रचारात त्यांचा महत्त्वाचा वाटा आहे.

■

अनुक्रमणिका

Email : author@mehtapublishinghouse.com
Website : www.mehtapublishinghouse.com

परमार्थातून समग्र परिपूर्ण जीवन शक्य आहे

परमार्थासाठी जगणे

आपलं जीवन अर्थपूर्ण आनंदाचं तरी असतं किंवा दुःखानं भरलेलं तरी! निवड आपल्या हातात असते. आपण 'ऐहिक सुखासाठीच जगायचं' असं ठरवू शकतो किंवा ऐहिक प्रगती आणि पारमार्थिक तत्त्वांची रोजच्या जीवनात सांगडही घालू शकतो. सुदैवानं हा दुसरा पर्याय शक्य आहे. नोबेल पुरस्कार विजेते अल्बर्ट श्वाइट्झर त्यांच्या 'आऊट ऑफ माय लाईफ अँड थॉट' या पुस्तकात म्हणतात, (पृ. १२६ वर) जीवनाकडे सकारात्मक दृष्टीनं पाहणं ही पारमार्थिक, आध्यात्मिक कृतीच आहे. त्यातून माणूस नेहमीच विरक्तपणे जगू शकतो, आयुष्याच्या खऱ्या मूल्यांचा विकारा करून स्वतःच्याच जीवनाकडे आदराने बघू शकतो. सकारात्मक जगणे म्हणजे अधिक अंतर्मुख होणे, गंभीर होणे, जगण्याच्या इच्छेचं उदात्तीकरण करणे.'

थोडक्यात, अशा प्रकारे चांगलं जगून आयुष्य सत्कारणी लावता येतं. रोजच्या जीवनात पारमार्थिक वरदान कसं मिळेल, हे आपल्या जीवनाचं ध्येय असायला हवं. आपला आनंद सामाजिक आणि

आध्यात्मिक परिघातच फुलतो, कारण माणूस हा निसर्गत:, स्वभावत: सामाजिक प्राणी आहे. तो आत्मकेंद्री राहून खरं सुख मिळवू शकत नाही. स्वत:पुरतंच बघणारा माणूस खऱ्या अर्थानं सुखी होऊ शकत नाही. म्हणून परमार्थाकडे वाटचाल हेच आपल्या जीवनाचं ध्येय असायला हवं. एका बाजूला ईश्वराचा तर दुसऱ्या बाजूला सभोवतालच्या माणसांचा, परिजनांचा विचार असायला हवा. पारमार्थिक आयुष्य जगणं म्हणजेच खरं सर्वांगानं, सर्वार्थानं जगणं होय. त्यासाठी मानवी जीवनाचे तीन पैलू एकत्र यायला हवेत. शारीरिक, मानसिक आणि आध्यात्मिक! जीवनाच्या या तीन मुख्य दिशा किंवा पैलू आहेत. बहुतेकजण या तीनपैकी विशेष करून शारीरिक घटकावरच जास्त भर देतात. विशेषत: सध्याच्या ऐहिकवादी आणि चंगळवादी संस्कृतीमध्ये हे दिसून येतं. अशा परिस्थितीत सर्वांगानं – परिपूर्ण जीवन जगण्यासाठी, माणूस म्हणजे केवळ शरीर नाही, त्या शरीरात एक 'मन' आहे – आणि आत्माही – हे नेहमीच लक्षात ठेवलं पाहिजे. मानवी जीवनाच्या तीनही दिशांच्या– तिन्ही पैलूंच्या प्रभावी समन्वयासाठी, त्यांची सांगड घालण्यासाठीच जगायला हवं, आयुष्याचं तेच ध्येय ठेवायला हवं!

जीवनाचा वेदांतिक सोपान

जगात अनेक धर्म आणि पंथ आहेत. त्यातला प्रत्येकच धर्म माणसाला दैनंदिन जीवनात परमार्थ किंवा आध्यात्मिक मूल्यं कशी

जपायची याबद्दल शिकवण देत असतो, परंतु स्वामी विवेकानंदांनी म्हटल्याप्रमाणे, "वेदांत हा सगळ्या धर्मांचं सार आहे." (ऋचा ३०६) म्हणजे वेदांत हा नवा धर्म नाही, उलट स्वतः परमेश्वराइतकाच तो जुना आहे. तो स्थलकालातीत आहे. तो चराचरात भरलेला आहे. वेदांतातीलच तत्त्वज्ञान संक्षिप्त रूपात भगवद्‌गीतेत मांडलं आहे. त्याचा पाया दैनंदिन जीवनातला परमार्थ हाच आहे. याबद्दलच या पुस्तकात चर्चा केली आहे. भगवद्‌गीता हा भारतातील सर्वाधिक लोकप्रिय धर्मग्रंथ आहे. रोजच्या जीवनात अध्यात्म, परमार्थ कसा साधावा याचंच सार या ग्रंथात आहे. स्वतःचाच खालच्या पातळीवरून वरच्या पातळीपर्यंत विकास कसा करावा, स्वतःच स्वतःचा उद्धार कसा करावा - 'उद्धरेदात्मनात्मानम्' हे त्यात सांगितलं आहे. प्रत्येकाच्याच मनात अर्जुनासारखा पारमार्थिक संघर्ष सतत सुरू असतो. अर्जुनासारखी प्रत्येकाच्याच मनात भीती असते, द्वंद्व असतं आणि नेमकं काय करावं हे त्याला समजत नसतं. भगवद्‌गीतेतल्या अर्जुनाकडूनच स्फूर्ती घेऊन आपण आयुष्याला धैर्यानं सामोरे जातो, निश्चयानं उभं राहून पुढे मार्गक्रमण करायला त्यातूनच आपल्याला बळ मिळतं. ही गीता म्हणजे या नवजीवनाची 'संजीवनी'च! हे गीतामृत प्राशन केल्यानं आपण अजिंक्य आणि अमर होतो. गीता म्हणजे सूज्ञपणाचं – शहाणपणाचं सार आहे,' असं आदि शंकराचार्यांनी म्हटलं आहे. माणसानं आपलं रोजचं जीवनसुद्धा कसं उदात्तपणे व्यतीत करावं याबद्दल गीतेतल्या अनेक श्लोकांत किंवा पद्यपंक्तींमध्ये

मार्गदर्शन केल्याचं आढळून येतं. दैनंदिन जीवनात परमार्थ कसा साधावा याबद्दल गीतेतले काही महत्त्वाचे श्लोक या पुस्तकात उद्धृत केले आहेत. वेदांत हे वेदांचं अत्यंत सखोल, परमोच्च रूप आहे. तो जीवनाचा एक मार्ग आहे. तपश्चर्येनं, अखंड सरावानं परम सत्याची ओळख पटण्याची, त्याचा अनुभव घेण्याची एक सर्वोत्तम स्थिती आहे. वेदांतात त्या परमतत्त्वाचं वर्णन नेहमीच सत्-चिद्-आनंद म्हणजे अस्तित्व, ज्ञान आणि परमानंद असं केलं गेलं आहे. 'परमेश्वर' हेच एकमेव सत्य आहे असं वेदांतात स्पष्टपणे म्हटलं आहे. बाकीची निर्मिती म्हणजे केवळ माया-मोह-भ्रम आहे. उपनिषदं तसंच भगवद्गीता आणि बादरायणाचं ब्रह्मसूत्र यांनीही वेदांताच्याच तत्त्वप्रणालीचा स्वीकार केला. जीवात्मा म्हणजे आपण सर्व त्या परमतत्त्वाचा - परमेश्वराचा म्हणजे 'ब्रह्मन्'चा अंश आहोत. त्यामुळे मृत्यूच्या भयावर आपण मात करू शकतो.

वेदांतामुळे आपल्या अस्तित्वाचा खरा अर्थ कळायला मदत होते. एकदा हा अर्थ कळला की आपले सगळे भोग संपून जातात. परमहंस योगानंद म्हणतात– 'परमेश्वराची ओळख होणं, परमतत्त्व म्हणजे काय हे कळणं यातला आनंद असीम, कधीही न संपणारा, चिरंतन-चिर-नूतन असतो. जेव्हा तुम्ही अशा परमानंद स्थितीत असता, तेव्हा तुमचं शरीर किंवा मन तुम्हाला विचलित करू शकत नाही. हेच तर त्या परमेश्वराचं वैभव आणि मोठेपणा आहे. अशा प्रकारे वेदांत हा सगळ्याचं सार आहे. पारमार्थिक वाटचालीतील प्रत्येक

अवस्थेचा त्यात समावेश आहे आणि म्हणून आपल्या रोजच्या आयुष्यासाठी वेदांत हा खरा मार्गदर्शक गुरु आहे.

सद्‌गुणांची परिपूर्ती

तसं पाहिलं तर वेदांत विशिष्टही आहे आणि वैश्विकही! सर्वसमावेशक असलेल्या वेदांताला वैश्विक पैलू तर आहेतच, त्याचप्रमाणे त्याची वैशिष्ट्यंही तशीच टिकून आहेत. या त्याच्या वैशिष्ट्यपूर्ण पैलूंचं मूळ आपल्या भारत देशाच्या भूमीत आहे. वेदांत म्हणजे हिंदू धर्माच्या आध्यात्मिक परंपरेचं शुद्ध स्वरूप आहे. या दोन्हींचा योग्य समन्वय म्हणजे समग्र, समन्वित जीवन. अशा जीवनात माणूस सहजपणे, ठामपणे आणि अतिशय आनंदाने आध्यात्मिक, पारमार्थिक जागृतीच्या दिशेने पावलं टाकतो. एखाद्या विशिष्टच गोष्टीत आपण का बांधले जातो, किंवा काही वेळा दुसऱ्या एखाद्या गोष्टीत आपण का रमत नाही? याचं खरं कारण हे समन्वित जीवनच आहे. आयुष्यात आपल्या अत्यंत प्रिय गोष्टींवर तसंच अंतिम सत्याबाबतच्या आपल्या गाढ विश्वासावर आयुष्यातल्या खाजगी तसंच सार्वजनिक – दोन्ही गोष्टींचा परिणाम होत असतो. इतकंच नव्हे तर या जगातल्या इतरांशी असलेल्या आपल्या नात्याचाही त्यात समावेश होतो. पारमार्थिक जीवनाचं ज्ञान मिळवणं हेच माणसाच्या सर्व जीवित कार्याचं ध्येय आहे. पारमार्थिक, आध्यात्मिक जीवन जगताना एक माणूस म्हणून आपले जन्मसिद्ध हक्क काय आहेत हेही लक्षात घ्यायला हवं.

कारण, आपल्यासारखी माणसं ऐहिक किंवा मानसिक कोणत्याच दृष्टीनं मुक्त राहू शकत नाहीत. आत्माच खऱ्या अर्थानं मुक्त असतो आणि तोच आपल्याला सत्याकडे घेऊन जातो, मुक्तीचा मार्ग दाखवतो. वास्तविक पाहाता, जोपर्यंत एखाद्या व्यक्तीची किंवा समाजाची आध्यात्मिक बैठक भक्कम होत नाही, भक्कम आध्यात्मिक बैठकीवर व्यक्ती किंवा समाज उभा राहात नाही, तोपर्यंत ते खऱ्या अर्थाने मुक्त किंवा स्वतंत्र होऊ शकत नाहीत. याउलट आध्यात्मिक जीवनात सृजनशील स्वातंत्र्याचं महत्त्व आहे – ते त्याचं महत्त्वाचं लक्षण आहे. सृजनशील स्वातंत्र्य म्हणजे खऱ्या अर्थानं परम सद्‌गुणांवर प्रेम करण्याचं, ते आपल्यामध्ये बाणवण्याचं, ते जोपासण्याचं आणि इतरांना त्याबद्दल सांगण्याचं स्वातंत्र्य! जेव्हा आपण परमार्थाकडे वाटचाल करतो तेव्हा आपल्या मनातला द्वेष-ईर्षा, क्रौर्य, दुष्टपणा, शोषणाची वृत्ती इत्यादीच्या अज्ञान-अंधकाराचा नाश होत आहे असं जाणवतं. वेदातील या प्रार्थनेत आपल्या पारमार्थिक जीवनाचं जणू सारच सांगितलं आहे – "आम्हाला अज्ञानांधकारातून ज्ञानाच्या प्रकाशाकडे ने, असत्याकडून सत्याचा मार्ग दाखव, मर्त्य जीवनाकडून अमर्त्यलोकाकडे - चिरंतनाकडे जाण्याची वाट दाखव."

शैक्षणिक अभ्यासक्रमात परमार्थाचा समावेश

विद्यार्थ्यांची मुळातच सुरुवातीपासून पारमार्थिक-आध्यात्मिक बैठक तयार व्हावी या दृष्टीनं नैतिक मूल्ये आणि अध्यात्म यांचा समावेश

अभ्यासक्रमात केला जावा, असं वेळोवेळी सुचवलं गेलं आहे. या संदर्भात राष्ट्रीय शैक्षणिक संशोधन आणि प्रशिक्षण परिषदेनं माध्यमिक शिक्षण पातळीवर नवा अभ्यासक्रम सुरू करण्याचा प्रस्ताव मांडला आहे, याचा विशेष उल्लेख करायला हवा. या नव्या अभ्यासक्रमात विद्यार्थ्यांच्या आध्यात्मिक विकासावर भर दिला गेला आहे. हा पुढाकार नक्कीच स्तुत्य आहे. आपल्या मुलांमध्ये यामुळे प्रेम, सहिष्णुता, क्षमाशीलता, परस्पर विश्वास-सौहार्द आणि सर्वधर्मसहिष्णुता-सर्व धर्मांबद्दल प्रेम अशी वैश्विक मूल्यं जर रुजवली जाणार असतील तर या नव्या प्रस्तावाचं स्वागत करायला हवं. जेव्हा आपण आपलं हृदय आणि मन सर्वसमावेशक ठेवू, तेव्हा आपल्या दैनंदिन जीवनातल्या गलबल्यातही आपल्याला देवाचा साक्षात्कार होईल-देव प्रत्यक्ष भेटेल. त्या असीम परमेश्वराच्या निस्सीम प्रेमाचे सर्वांत उत्तम प्रतिनिधी आहेत आपले आई-वडील! आईच्या निःस्वार्थ वृत्तीत आणि क्षमाशीलतेमध्ये दिव्य प्रेमाची अनुभूती आहे. त्याचप्रमाणे वडिलांच्या मार्गदर्शनात, शिकवणीत तसंच आपल्या मुलाला जगातल्या सर्व चांगल्या गोष्टी देण्याच्या त्यांच्या प्रयत्नात त्या अखिल विश्वाच्या पित्याचीच झलक दिसते. तो जगत्पिता-जगत्पालक त्यानं निर्माण केलेल्या या जगात आपल्या लेकरांना अलौकिक आंतरिक स्नेह, जिव्हाळा आणि शांती मिळेल असा विश्वास निर्माण करतो, तसाच भाव आपल्या वडिलांच्या कृतीतून मिळत असतो. हे जसं आहे, तसं एखाद्या बालकामधील निरागसपणामध्ये आपल्याला परमेश्वराच्या

क्षमाशीलतेसारख्या उदात्ततेचं दर्शन होतं.

परमेश्वर त्याच्या सर्व रूपांत स्पष्टपणे दिसून येतो, हे आपण विद्यार्थ्यांना सांगायला हवं, शिकवायला हवं. एकूणच या संपूर्ण विश्वनिर्मितीकडे आदरानं बघणं, परमेश्वराच्या या सृजनाकडे कौतुकानं पाहाणं हा देवाचा शोध घेण्याचा सर्वांत प्रभावी मार्ग आहे, हाच खरा दैनंदिन जीवनातील परमार्थ, हीच खरी आध्यात्मिकता.

दररोज 'जगा'

तुम्ही जर दररोज सर्वार्थानं आणि चांगल्या पद्धतीनं जगलात तर खात्रीनं तुम्हाला परमार्थ साधता येईल, अध्यात्माच्या मार्गावर निश्चितच प्रगती करता येईल. सकाळी उठल्यापासून ते रात्री अंथरुणाला पाठ टेकेपर्यंत आपण अत्यंत समाधानी वृत्तीनं जगायला हवं. सूर्योदयापासून सूर्यास्तापर्यंत प्रत्येक क्षण आपण शांतपणे, संयमानं, प्रेमपूर्वक आणि शुद्ध निखळपणे व्यतीत केला पाहिजे. हाच तर जीवनाचा खरा अर्थ आहे. 'आयुष्य म्हणजे काय? जीवन कशाला म्हणतात?' या प्रश्नाचं उत्तर जितकं अवघड आहे, तितकंच सोपंसुद्धा. 'जीवन म्हणजे काय?' हा प्रश्न स्कॉडिंजर यांनी उपस्थित केला, पण असा प्रश्न विचारणारे ते काही पहिलेच नव्हते आणि शेवटचेही नाहीत. खरं तर जीवन ही एक गूढ शक्ती आहे आणि या प्रश्नाचं उत्तर फसवं आहे. जीवनातला प्रत्येक क्षण सर्वार्थानं, संपूर्णपणे जगण्याची आपण सवय लावून घेतली तरी आपण उत्तम प्रकारे जीवन जगू शकतो.

आपण भूतकाळातल्या, घडून गेलेल्या घटनांमुळे उगाचच अस्वस्थ, बेचैन होणं जसं चांगलं नाही तसंच अज्ञात भविष्यकाळातल्या अनावश्यक चिंता करून स्वत:ला त्रास करून घेणंही योग्य नाही. असं केलं तरच आपलं जीवन अतिशय चांगलं, आनंददायी होऊ शकेल.

या संदर्भात इमर्सनचं म्हणणं अगदी सार्थ आहे. ते म्हणतात – 'प्रत्येक दिवसाचा हिशोब त्या-त्या दिवशीच संपवून टाका. तुम्ही जेवढं म्हणून तुम्हाला शक्य आहे, तेवढं केलेलं आहे, पण जर काही चुका, हास्यास्पद गोष्टी घडल्या असतील, तर त्या शक्य तितक्या लवकर विसरून जा. उद्याचा दिवस 'नवा' दिवस असेल. आपण तो चांगला मानून प्रसन्नपणे त्याचं स्वागत करायला हवं, उद्या आपल्याच मूर्खपणानं कोणतीही अडचण उपस्थित होणार नाही, याची काळजी घेऊ असं मनाशी पक्कं ठरवायला हवं.'

सर विल्यम ओस्लर आपल्या टेबलावर नेहमी एक कविता लावून ठेवत. त्याच कवितेनं आपण समारोप करू या –

भारतीय नाटककार, महाकवी, कालिदास यांची ही कविता आहे–

या पहाटेला आपण सलाम करू!
आजच्या दिवसाला सुरुवात करू!

कारण, हे जीवन आहे, हेच तर जीवनाचं जीवन आहे.

याच्या सीमित वेळेत दिसते खूप विविधता, तुमच्या अस्तित्वाची सत्यता!

शाश्वत गती । गतीची शाश्वती
वैभवशाली कृती । कृतीचं वैभव
तेजस्वी सौंदर्य । सौंदर्याचं तेज

कारण 'काल' हे नुसतं स्वप्न होतं, आणि 'उद्या' ही केवळ कल्पना, पण 'आज' चांगलं जगणाऱ्यांसाठी प्रत्येक 'काल' हे आनंदाचं स्वप्न असतं,

आणि प्रत्येक 'उद्या' आशेचा किरण
म्हणूनच 'आज'कडे आनंदाने पहा
पहाटेला आमचा सलाम हा!

■

आत्मपरिचय आणि जीवनात ईश्वराचं साहचर्य

या आयुष्यात आत्मपरिचय

स्वत:ला ओळखणे किंवा आत्मज्ञान किंवा ईश्वराला ओळखणे हे माणसाच्या जीवनाचं ध्येय असतं, पण त्याच्यापासून लांब जाण्यानं आयुष्यात वाईट गोष्टींचा शिरकाव होतो. त्यामुळे अहंकार निर्माण होतो, वाढीला लागतो आणि जिवाशिवाच्या अद्वैताचं सत्य कळण्यात अनेक अडसर उत्पन्न होतात. असं होऊ नये, म्हणून काय करावं माहीत आहे? त्यासाठी माणसानं आपल्या प्रत्येक कामाला 'देव' मानून, त्या देवाची 'पूजा' समजून ते काम करावं. प्रत्येक कामाचं ठिकाण, स्वरूप हे 'देऊळ' मानावं. तरच आपल्याला रोजच्या आयुष्यात परमार्थ साधता येईल.

'मी' किंवा 'आत्मा' हा नेहमीच अत्यंत शुद्ध स्वरूपातच असतो, हे आपण लक्षात ठेवायला हवं. 'जीव' किंवा 'आत्मा' हा नेहमीच तेजस्वी, स्वयंप्रकाशी आणि चिरमुक्त असतो. तो नेहमीच शरीर किंवा मनोदशेपासून - 'अहंगंडापासून वेगळा असतो. आपण जीवशास्त्रदृष्ट्या किंवा शरीररचनेच्या दृष्टीनं विचार केला तर 'आत्मा' ही संकल्पना

स्पष्टपणे डोळ्यासमोर येत नाही, म्हणून आपल्याला ही कल्पना खरी तिच्या स्वत:च्या रूपातच पाहावी लागते. यालाच स्वत:ची ओळख – आत्मपरिचय म्हणतात. फक्त भारतातीलच नव्हे, तर जगाच्या इतरही भागातल्या महान संत-महंतांनी, ऋषीमुनींनी युगानुयुगं हे केलं आहे. असं ज्ञान करून घेणं, स्वत:ला ओळखणं हा सर्वच माणसांचा प्रथम अधिकार आहे, हक्क आहे. माणसाचं मन पूर्ण शुद्ध असेल, त्यानं आत्मसमर्पण केलं असेल - बंधनांपासून सुटका करून घेतली असेल आणि आपल्या स्वत:च्या अनंत पैलूंचा त्यानं त्याग केला असेल तरच हे शक्य आहे.

भगवद्गीतेमध्ये भगवान श्रीकृष्ण म्हणतात -
(अध्याय ४ था-श्लोक १० वा)

वीतरागभयक्रोधा मन्मया मामुपाश्रिता:।
बहवो ज्ञानतपसा पूता सद्भावमागता:।।

डॉ. राधाकृष्णन् यांनी त्याचं असं भाषांतर केलं आहे – 'आसक्ती, भय व क्रोध यातून मुक्त झालेले, पूर्णपणे मला शरण आलेले, माझ्यातच रममाण झालेले व माझा आश्रय घेणारे, प्राचीन काळापासून अनेकजण माझ्याविषयीच्या ज्ञानामुळे पवित्र झाले आणि अशा रीतीने त्या सर्वांना माझ्याबद्दलच्या दिव्य प्रेमाची प्राप्ती झाली'

जेव्हा आपल्या अंतरंगात असलेल्या पारमार्थिक, आध्यात्मिक ठेव्याची जाणीव आपल्याला होईल आणि हा ठेवा काय आहे हे समजून घेण्यासाठी आपण अस्वस्थ, बेचैन होऊ तेव्हाच त्या दिव्य

प्रकाशात आपल्याला तो ठेवा गवसेल. हे आयुष्य जगत असतानाच मुक्ती मिळवणं हे माणसाचं ध्येय असायला हवं, हे लक्षात घ्या. माणसाच्या 'समेकृत्वा' असणाऱ्या विवेकामुळे हे शक्य होऊ शकेल. हे ह्याच जगात घडू शकतं, कारण, 'ब्रह्मन्'-परमतत्त्व हे प्रत्येक गोष्टीत-चराचरात आहे आणि ते सगळीकडे भरलेलं आहे. सर्वव्याप्त आहे.

जेव्हा आपण सातत्यानं मन एकाग्र करून 'स्वत:'चा शोध घेतो तेव्हा आपल्या आयुष्याच्या शेवटी आपण 'स्व' किंवा 'देवा'चा विचार करायची पात्रता मिळवू शकतो. तरच या आयुष्यापासून आपण मुक्त होऊ शकतो. भगवद्गीतेमध्ये भगवान श्रीकृष्णांनी यावर शिक्कामोर्तब केलं आहे. आठव्या अध्यायाच्या ५ व्या श्लोकात ते म्हणतात –

'अन्तकाले च मामेव स्मरन्मुक्त्वा कलेवरम्।
यः प्रयाति स मद्भावं याति नास्त्यत्र संशयः।।

डॉ. राधाकृष्णन् यांनी या श्लोकाचा अर्थ असा सांगितला आहे- जो अंतकाळी म्हणजे मृत्यूच्या क्षणी माझेच स्मरण करत देह सोडतो, तो त्या क्षणी तत्काळ माझ्या स्वरूपात लीन होतो, मला प्राप्त होतो यात मुळीच संशय नाही.

'परेमश्वर-प्राप्ती' हेच आपल्या आयुष्याचं एकमेव लक्ष्य असायला हवं.

एकदा स्वत:ची ओळख पटली की जन्म-मृत्यूच्या चक्रातून

आपली सुटका होऊ शकते. आत्मपरिचयातूनच माणूस परमेश्वराच्या चिंतन-मननाच्या मार्गाकडे वळतो. परमेश्वराचं सतत स्मरण आणि स्वत:च्या आत्म्यात वास करणारा परमेश्वरच इतरही प्राणिमात्रात वास करतो असं मानणं, त्या दृष्टीनं इतरांकडे पाहाणं हाच आयुष्यातला मुख्य विचार, स्थायी भाव असला पाहिजे.

देव म्हणजे कोण? तो आपल्याहून कोणी वेगळा नाही. म्हणूनच स्वामी विवेकानंद म्हणतात, की मनुष्यमात्र हा खात्रीनं दिव्यत्वाचा अंश असतो आणि हेच दिव्यत्व आपण आपल्या अंगी सर्वार्थानं बाणवायला हवं. परमेश्वर आणि आपण 'दोन' नाही, परमेश्वर म्हणजे आपणच आहोत, हा विचार भगवान कृष्णांनी गीतेमध्ये सुंदर रीतीनं मांडला आहे – दहाव्या अध्यायाच्या २० व्या श्लोकात त्यांनी म्हटलं आहे -

अहमात्मा गुडाकेश सर्वभूताशयस्थित:।
अहमादिश्च मध्यं च भूतानामन्त एव च।।

डॉ. एस्. राधाकृष्णन् यांनी याचा अर्थ सांगितला आहे, तो असा – 'हे गुडाकेशा अर्जुना! मी सर्व जिवांच्या अंतर्यामी असणारा आत्मा आहे. तसेच या सृष्टीत असलेल्या प्रत्येक घटकाचा, पदार्थाचा आदि, मध्य आणि अंतही मीच आहे.'

माणसाच्या आयुष्याच्या प्रत्येक टप्प्यात परमेश्वरकेंद्रित आध्यात्मिकता महत्त्वाची आहे. आपला अंतरात्मा म्हणजे 'ब्रह्मन्' - ब्रह्मतत्त्व आहे, हेच वेदांच्या शिकवणुकीचं सार आहे आणि या

‘ब्रह्मतत्त्वाला पर्याय नाही’ असंही वेद सांगतात.

या नश्वर जगाचं रहस्य उलगडून दाखवताना कठोपनिषदात म्हटलं आहे – ‘जसा काष्ठामध्ये अग्नी आणि दुधामध्ये लोणी लपलेलं असतं - अदृश्य असतं, तसा या विश्वात असलेल्या प्रत्येक वस्तूत - पदार्थात परमेश्वर असतो, पण अज्ञानामुळे आपल्याला त्या दिव्यत्वाच्या अस्तित्वाची जाणीव नसते.’

परमेश्वराचं पूजन करण्याचे विविध मार्ग आहेत.

अनेकविध पद्धतींनी ईश्वराची भक्ती करता येते. या संदर्भात स्वामी रामकृष्ण परमहंस यांचं कथन फार महत्त्वाचं आहे - त्यांच्याच आवडत्या शब्दात सांगायचं तर ‘जो तो मत, तो तो पथ’. ते नेहमी म्हणत - एखाद्या कुंभाराच्या दुकानात भांड्यांचे कितीतरी प्रकार आणि आकार असतात - गाडगी-मडकी-बरण्या, ताटल्या, ताटं असे नानाविध प्रकार तिथं असतात, पण ते एकाच मातीपासून बनलेले असतात. त्याप्रमाणे देव-ईश्वर एकच आहे, त्याच्या भक्तीच्या पद्धती फक्त वेगवेगळ्या आहेत. वेगवेगळ्या युगांत आणि वेगवेगळ्या वातावरणांत ईश्वराची वेगवेगळी नावं आणि रूपं बघायला मिळतात.” सरतेशेवटी सर्व भक्तीमार्ग एकाच ध्येयाकडे म्हणजे परमेश्वराच्या दर्शनाकडे जातात. फक्त परमेश्वरावरची आपली श्रद्धा मात्र अतिशय सच्ची आणि पक्की असायला हवी. भगवान कृष्णानं गीतेत हाच विचार मांडलाय -

चौथ्या अध्यायात ११व्या श्लोकात ते म्हणतात-

ये यथा मां प्रपद्यन्ते तांस्तथैव भजाम्यहम्।
मम वर्त्मानुवर्तन्ते मनुष्याः पार्थ सर्वशः।।

या श्लोकावर डॉ. एस्. राधाकृष्णन् यांनी केलेलं भाष्य असं आहे - जे लोक माझ्याकडे येतात, त्यांना मी 'माझे' म्हणतो. त्यांचा स्वीकार करतो. जे मला ज्या भावाने शरण येतात, त्यांना मी अनुरूप असं फळ देतो. हे अर्जुना, सर्वजण माझी भक्ती आपापल्या दृष्टीनं वेगवेगळ्या पद्धतीनं करतात.

दैनंदिन जीवनात 'योग'

रोजच्या जीवनात जर परमार्थ, अध्यात्म साधायचा असेल तर 'योग' हा आपल्या जीवनाचा एक अविभाज्य भाग असायला हवा – मग तो योग भक्तीयोग असो-कर्मयोग असो की ज्ञानयोग! भगवद्गीतेत या तीनही योगांचा अलौकिक समन्वय आहे. कर्मयोग म्हणजे नि:स्वार्थीपणाने आणि निष्ठेने केलेली सेवा. भक्तीयोगात त्या परमतत्त्वाला सर्वसत्ताधीशाला संपूर्णपणे शरण जाण्याचा, सर्वस्व समर्पणाचा भाव असतो आणि ज्ञानयोग सांगतो की आपला आत्मा हा दुसरं-तिसरं काही असून सर्वव्याप्त परमात्माच आहे, त्याचाच अंश आहे- रूप आहे. परमेश्वराकडे जाण्याचे हे तीन वेगवेगळे योगमार्ग सांगितले गेले आहेत. एकाच ईश्वरप्राप्तीचं ध्येय गाठण्यासाठी निरनिराळ्या पद्धती सांगण्याचं महत्त्वाचं कारण म्हणजे 'व्यक्ती

तितक्या प्रकृती' सगळी माणसं सारखी नसतात. सगळ्यांची मनं, विचार, प्रवृत्ती सारख्या नसतात. प्रत्येक माणसात या तिन्हीपैकी एका योगाचं पारडं जास्त जड असतं, एखादा योगमार्ग इतर दोघांपेक्षा जास्त वरचढ असतो.

गीतेमध्ये कर्मयोगाबद्दल फार सुंदर विवेचन केलं आहे. फळाची आशा न धरता केलेलं कर्म म्हणजे कर्मयोग - 'कर्मण्येवाधिकारस्ते मा फलेषु कदाचन!' - हीच खरी परमेश्वराची प्रार्थना! कर्मयोग म्हणजे ज्ञानयोगाचा विरोध नाही. ज्ञानयोगी ज्ञानाच्या, विद्वत्तेच्या मार्गानं जाऊन जी अवस्था प्राप्त करतो, तीच अवस्था कर्मयोगी निष्काम कर्म करून प्राप्त करतो. परमेश्वर एकच आहे याबद्दल आपल्या मनात दृढ विश्वास, निश्चल भावना असेल आणि परमेश्वरातच आपण आपले रूप पाहात असू तर नक्कीच परमेश्वरही आपल्याला 'त्याचे' मानतो.

जी व्यक्ती प्रत्येकात-चराचरात 'देव' आहे असं मानत असेल, ज्याला दुसऱ्यात देवाचं अस्तित्व जाणवत असेल, तो कधीच दुसऱ्याला इजा करणार नाही, दुःख देणार नाही, त्याचं वाईट करणार नाही. अरेबियामध्ये रुबिया नावाची फार मोठी स्त्री संत होऊन गेली. एके दिवशी एक साधू तिच्या घरी आला आणि निसर्गाचं उदात्त रूप बघण्यासाठी तिला घराबाहेर येण्याची विनंती करू लागला. रूबिया बाहेर आली नाही. तिनं घरातूनच त्याला उत्तर दिलं - 'बाह्यरूपात तुला ईश्वर-निर्मितीचं सौंदर्य दिसत असेल, पण मला तर माझ्या

हृदयातच त्याचं दर्शन होतं. माझ्या आतच – मनाच्या गाभाऱ्यात मला त्या ईश्वराचा प्रत्यय येतो, त्याची छाया दिसते.'

एखादा माणूस ज्ञानयोगाचा मार्ग स्वीकारेल. ज्ञानयोग म्हणजे ज्ञानाच्या माध्यमातून त्या परतत्त्वाचा अनुभव घेणं. आत्म-शुद्धी ही ज्ञानयोगाची पहिली पायरी आहे. जेव्हा उजाडतं, तेव्हा अंधकार नाहीसा होतो. म्हणूनच 'ज्ञान' हे केवळ साध्य नाही तर ते साधनही आहे, साध्य पूर्ण करण्याचा मार्गही आहे.

ज्ञानयोगासारखाच आणखी एक योग आहे - 'राजयोग'. महान ऋषीवर पतंजलींनी या विशेषयोग प्रकाराचं प्रतिपादन केलं आहे.

योग म्हणजे एकत्र येणे, एकरूप होणे, संयोग पावणे. ईश्वराशी तादात्म्य संयोग पावण्याची, त्याच्याशी एकरूप होण्याची तळमळ असणाऱ्याला 'योगी' म्हणतात. जो ईश्वरापासून वेगळा, स्वतंत्र असतो, ज्याचं स्वत:चं असं अस्तित्व असतं तो 'कर्मयोगी' असतो; आणि ज्याला प्रेमानं देवाला जिंकून घ्यायचं असतं, आपलंसं करायचं असतं, त्याला 'भक्ती योगी' म्हणतात. ज्याला दिव्य साक्षात्कारातून ईश्वरप्राप्ती करून घ्यायची असते तो 'राजयोगी'! आणि जो तत्त्व-ज्ञानातून परमेश्वर प्राप्त करून घेण्याचा प्रयत्न करतो त्याला 'ज्ञानयोगी' म्हणतात. आपण यातल्या ज्या योगमार्गाचा स्वीकार करू, त्यासाठी आपल्या मनात असणाऱ्या कारणाला आपण ठामपणे चिकटून राहायला हवं. 'हा' मार्ग स्वीकारण्याचं आपलं निश्चित कारण हवं. यात नेमकं महत्त्वाचं आणि आवश्यक काय याबाबत स्वामी विवेकानंदांनी

म्हटले आहे - यातला योगमार्ग कोणताही असो. हा असो किंवा तो असो - पण त्यात नियमितपणा हवा, रोजचा सराव हवा. धर्म म्हणजे केवळ एखादी विशिष्ट तत्त्वप्रणाली नव्हे, तर धर्म म्हणजे साक्षात्कार, परिचय- खरी ओळख. धर्म म्हणजे असणे आणि वर येणे - अस्तित्व आणि विकसित होणे, फुलणे; धर्म म्हणजे फक्त श्रवण किंवा अनुकरण नव्हे. आपल्या श्रद्धा-निष्ठेमध्ये आत्म्याचं परिवर्तन होणे, रूपांतर होणे म्हणजे धर्म! हा खरा व्यवहारातला परमार्थ.

पतंजलींनी सांगितलेले योगाचे आठ सोपान (अष्टसूत्रं)

महान ऋषी पतंजलींनी त्यांच्या विश्वविख्यात 'योगसूत्र' या ग्रंथात योगाची ८ सूत्रं सांगितली आहेत. (२/२९) ती अशी –

१. यम - म्हणजे दुष्कृत्य करण्यापासून परावृत्ती.
२. नियम - म्हणजे विविध रीती-रिवाजांचं, रूढी-परंपरांचं पालन
३. आसन - म्हणजे विशिष्ट शरीरस्थिती- (मुद्दाम धारण केलेली शरीराची विशिष्ट अवस्था)
४. प्राणायाम - म्हणजे श्वासावर नियंत्रण
५. प्रत्याहर - म्हणजे ज्ञानेंद्रियांपासून मनाचं अलिप्त होणं, ज्ञानेंद्रियांच्या आनंदापासून मनानं माघार घेणं.
६. धारणा - म्हणजे एकाग्रता.
७. ध्यान - म्हणजे ध्यानधारणा, चिंतनावस्था.

आणि

८. समाधी - म्हणजे आत्मतत्त्वात लीन होणे, त्याच्याशी तद्रूप-एकरूप होऊन जाणे.

पाच यम पाच गोष्टींचा अभाव दर्शवतात. म्हणजे या पाच गोष्टींपासून ती व्यक्ती दूर असल्याचा संकेत देतात - ती व्यक्ती आप्त-स्वकीयांपासून, असत्यापासून, खोटेपणापासून, चोरीलबाडीपासून, असंयमित-बेताल वर्तणुकीपासून आणि हव्यासापासून लांब असते. सत्याचरण, अस्तेय, अपरिग्रह इ. गोष्टी म्हणजे वागण्याचे सर्वसामान्य संकेत, नियम असतात. त्यांचे रोजच्या जीवनात स्थळ-काळ-हेतू किंवा जात-पात यांच्या पलीकडे जाऊन पालन करणं अत्यंत आवश्यक आहे, बंधनकारक आहे. पाच 'नियमां'मध्ये किंवा परंपरापालनात शुद्धता, संयम-संतोष, इंद्रियदमन, धर्मग्रंथांचं अध्ययन आणि ईश्वराबद्दल परमनिष्ठा यांचा समावेश आहे. आपल्या रोजच्या जीवनात 'अहिंसा' कशी असू शकते याबद्दल पतंजलीऋषी म्हणतात, - जेव्हा माणूस इतरांना हानी करण्याच्या भावनेपासून अलिप्त होतो, त्याची ही वृत्तीच जेव्हा स्थिर होते, तेव्हा इतरांबाबत त्याच्या मनातला इर्षाभाव, द्वेष नष्ट होतो, तसेच दुसऱ्यांच्याही मनात त्या व्यक्तीबद्दल स्पर्धा-भाव राहात नाही. म्हणजे असं की, जेव्हा एखाद्याच्या मनात खोटेपणाला थारा राहात नाही, जेव्हा एखादी व्यक्ती सत्याची चाड ठेवून वागते, तेव्हा त्या व्यक्तीला स्वत:ला आणि तिच्याबरोबरच्या इतरांनाही त्या सत्याची फळं आपोआपच मिळत राहातात, मग

त्यासाठी त्या व्यक्तीनं स्वत: प्रत्यक्ष एखादी कृती करायलाच हवी असं नाही. मुद्दामहून काही न करताही अशा सत्यप्रेमी माणसाला सत्कृत्यांची फळं आपोआप-आपसूकच मिळतात.

जेव्हा माणूस दुसऱ्याची वस्तू-धन-संपत्ती लुबाडण्याच्या वृत्तीपासून खूप लांब जातो, तेव्हा धनसंपत्ती त्याच्याकडे आपणहून चालत येते. जेव्हा एखाद्याला पैशाचा मोह उरत नाही, तेव्हा लक्ष्मी त्याच्याकडे स्वत:हून येते. जेव्हा माणसात आत्मसंयमाचं बळ निर्माण होतं, तेव्हा त्याला आध्यात्मिक शक्ती प्राप्त होते. जेव्हा माणसाच्या मनातील हव्यास – 'आणखी काहीतरी हवं' अशी भावना समाप्त होते, तेव्हा त्याला भूत-वर्तमान आणि भविष्यातील अस्तित्वाचं ज्ञान होतं. या सगळ्या यम-नियमांचं पालन केल्यानं काय फायदा होतो, याबद्दल पतंजली म्हणतात – अशा पालनामुळे माणसाचं चित्त शुद्ध होतं, मन आनंदी-प्रफुल्लित होतं, एकाग्रतेची शक्ती प्राप्त होते, भावनांवर ताबा मिळवता येतो आणि आत्म्याच्या दृष्टीला योग्य दिशा मिळते. विविध 'नियमां'चं सतत सरावानं पालन करणाऱ्याला सर्वोच्च आनंदाची प्राप्ती होते. स्वयंशिस्तीनं चित्तातील अशुद्धी नाहीशा होतात. चित्तशुद्धी झाली की शरीरात एक प्रकारची विशेष शक्ती निर्माण होते आणि ज्ञानेंद्रियंसुद्धा विशेष बलवान होतात, जास्त संवेदनशील होतात. धर्मग्रंथांचं किंवा पोथ्या-पुराणाचं वाचन हा सुद्धा परमेश्वराची आराधना करण्याचा एक मार्ग आहे. जेव्हा परमेश्वराच्याठायी संपूर्ण निष्ठा वाहिली जाते, पूर्णपणानं जेव्हा देवाची भक्ती केली

जाते, तेव्हा 'समाधी' अवस्था प्राप्त होते.

पतंजलींनी सांगितलेल्या 'योगा'चा रोज सराव ठेवला तर अन्य ६ अवस्था, टप्पे, सूत्रं किंवा पायऱ्या गाठणं सुद्धा फारसं अवघड नाही. योगाची तिसरी पायरी म्हणजे आसन किंवा शरीराची विशिष्ट अवस्था. आसन म्हणजे शरीराची स्थिर परंतु आरामदायी स्थिती. आसन म्हणजे शरीराला आराम वाटेल, सहजसुलभ वाटेल अशा स्थितीत परंतु स्थिर असणे. ही अवस्था शरीराच्या नैसर्गिक-स्वाभाविक प्रवृत्तींवर संयम ठेवण्यानं तसंच ध्यानधारणा -एकाग्रचित्त स्थितीच्या सरावानं प्राप्त करता येते. एकदा आसनस्थिती आपल्या पूर्ण आवाक्यात आली की मग श्वासोच्छ्वासाची क्रिया नियमित करून 'प्राणा'वर ताबा मिळवण्याचा प्रयत्न करायला हवा. हाच 'प्राणायाम'. नियमित प्राणायामानं चित्तशुद्धी होते, एकूणच अज्ञानाचा अंधकार विरू लागतो आणि दिव्य आध्यात्मिक प्रकाशात सत्य-असत्य यातला फरक दिसू लागतो. जसंजसं मन ज्ञानेंद्रियांपासून परावृत्त व्हायला लागतं, तसतशा त्या इंद्रियांच्या प्रतिक्रियाही बोथट होऊ लागतात. इंद्रियंही उदासीन होऊ लागतात- जणू मनाचंच अनुकरण करायला लागतात. हीच योगाची पाचवी स्थिती - प्रत्याहार! 'धारणा' किंवा 'एकाग्रता' ही योगाची सहावी स्थिती मानली जाते. धारणेच्या स्थितीत शरीरातील आध्यात्मिक तत्त्वावर मन एकाग्र केलं जातं, शरीरांतर्गत किंवा बाह्य जगातल्या एखाद्या दिव्य गोष्टीवर मन स्थिर ठेवणं यात अभिप्रेत आहे. यानंतर येते योगाची सातवी स्थिती किंवा 'ध्यान'. आपल्या

धारणेतील दिव्य तत्त्वाबाबत सतत विचारांचा ओघ चालू ठेवणं म्हणजे 'ध्यान'- अर्थात् मनातल्या दिव्यत्वाचाच सतत विचार करणं, चिंतन करणं.

या दिव्यत्वाचा म्हणजेच 'आत्म'साक्षात्कार होतो, तेव्हा मनाची चलबिचल, दोलायमान अवस्था नाहीशी होते, मन पूर्णतः त्या दिव्यत्वात मिसळून जातं-तद्रूप होतं- तीच 'समाधी'. जेव्हा एकाग्रता, धारणा आणि तद्रूपता-विलीनीकरण या तीनही गोष्टी एकाच वस्तूबाबत दिसतात, तेव्हा त्याला 'साम्यम्' म्हणतात. या स्थितीवर एकदा तुम्ही अधिकार मिळवलात की ज्ञानाचा दीप उजळतो आणि त्याचा प्रकाश सगळीकडे भरून जातो, मात्र या गोष्टी रोजच्या सरावात ठेवायला हव्या असं ऋषीवर पतंजली सांगतात.

परमेश्वराची ओळख होण्यासाठी ध्यानधारणा

पतंजलींनी वर सांगितलेल्या अष्टयोगसूत्रातील अतिशय महत्त्वाचं सूत्र म्हणजे 'ध्यान' – हेच सूत्र अंतिमतः परमेश्वर समजण्यासाठी आपल्याला मदत करतं. एका अर्थानं ध्यान म्हणजे अत्यंत एकाग्रपणे, सखोलपणे विचार करणं, चिंतन करणं. 'गीते'मध्येही ध्यानाचं महत्त्व सांगितलं आहे. उत्तम जगण्यासाठी फक्त उत्तम कर्म, सत्कार्य पुरेसं नाही, तर जेव्हा माणसाच्या आयुष्यात ध्यानयोगाची त्याला जोड मिळेल, 'ध्यान' हा जगण्याचा अविभाज्य घटक होईल, तेव्हाच खरं आयुष्य सार्थ ठरेल. गीतेच्या नवव्या अध्यायाच्या २२व्या श्लोकात

भगवान श्रीकृष्ण म्हणतात -

अनन्याश्चिन्तयन्तो मां ये जनाः पर्युपासते।
तेषां नित्याभियुक्तानां योगक्षेमं वहाम्यहम्।।

डॉ. एस्. राधाकृष्णन् यांनी याचं विवेचन करताना म्हटलं आहे - जे लोक फक्त माझंच अनन्य- आत्यंतिक भक्तिभावानं माझंच चिंतन करतात, माझ्याच दिव्य रूपाचं स्मरण करतात, त्यांना आतापर्यंत न मिळालेल्या गोष्टी मी मिळवून देतो आणि ज्या गोष्टी त्यांना या आधीच मिळाल्या आहेत, त्यांचं मी संरक्षण करतो.

आत्म्यावर किंवा स्वत:वरच या गोष्टीचा सराव करून बघायला हवा. हे काम अतिशय अवघड आहे खरं, पण सरावानं आणि विरक्तपणानं - हे शक्य करता येईल. ध्यानधारणा शक्यतो दिवसाच्या अगदी सुरुवातीच्या प्रहरांमध्ये केल्यास त्याचा निश्चित फायदा झाल्याचं अनुभवाला येईल.

परमेश्वराला शरण जा

आपल्या आयुष्यात बरेचदा, 'देव' किंवा देवाचं असणं-नसणं याबद्दल उलट-सुलट आणि गोंधळात टाकणारे विचारप्रवाह समोर येतात. परमेश्वराच्या थेट अस्तित्वाबद्दलच प्रश्नचिन्ह उभे करणारे वेगवेगळे दृष्टिकोन आपल्यासमोर मांडले जातात. अशावेळी त्या पूर्ण परमेश्वराला संपूर्ण शरण जाणं हाच त्यातून एक मार्ग निघू शकतो. परमेश्वरावर असलेली आपली दृढ निष्ठाच त्याचं खरं ज्ञान करून

द्यायला मदत करते. भगवद्‌गीतेमध्ये श्रीकृष्ण म्हणतात –

सर्वधर्मान्परित्यज्य मामेकं शरणं व्रज।
अहं त्वा सर्व पापेभ्यो मोक्षयिष्यामि मा शुचः।।

अध्याय १८,श्लो. ६६

या श्लोकाचा अर्थ सांगताना डॉ. एस्. राधाकृष्णन् म्हणतात -

सर्व धर्मांचा त्याग करून तू मला एकट्याला शरण ये. मी तुला तुझ्या सगळ्या पापांपासून मुक्त करेन. तू दुःख करू नकोस आणि भिऊही नकोस.

खरोखरंच आपण स्वतःहून त्याच्या शक्तीपुढे शरण जायला हवं, त्याच्याच इच्छेपुढे संपूर्ण शरणागती पत्करायला हवी आणि त्याच्याच प्रेमळ आश्रयाला जायला हवं. त्यातच आपलं भलं आहे, सार्थक आहे. 'आत्म'विश्वासाऐवजी आपण परमेश्वरावर पूर्ण विश्वास टाकला, तर तो नक्कीच आपलं रक्षण करेल. परमेश्वर आपल्याला सर्वस्व समर्पण करायला, पूर्ण शरणागती पत्करायला सांगतो आणि त्याच्या बदल्यात तो आपल्याला अद्‌भुत आत्मिक शक्ती देतो. प्रत्येक विपरीत परिस्थिती बदलण्याचं सामर्थ्य या शक्तीत असतं.

युद्धाच्या प्रसंगी अर्जुन फार बेचैन होता. तो गोंधळलेल्या मनःस्थितीत होता. 'काय करावं' हा मोठा प्रश्न त्याच्यापुढे होता. विविध प्रकारच्या जबाबदाऱ्यांच्या, रूढींच्या आणि नैतिक बंधनांमध्ये तो अडकला होता. हे युद्ध म्हणजे आपल्या पूर्वजांशी प्रतारणा होईल का? तसंच आपल्या गुरुजनांविरुद्ध शस्त्र हाती घेणं हे कृत्य

शिष्य म्हणून आपल्या कर्तव्याला घातक तर ठरणार नाही? अशा अनेक प्रश्नांमुळे अर्जुन द्विधा मन:स्थितीत होता. त्यावेळी कृष्णानं त्याला धीर दिला. "असले नियम आणि त्यांचं पालन करणं असल्या गोष्टींची तू चिंता करू नकोस, माझ्यावर विश्वास ठेव- फक्त मलाच शरण ये." असा सल्लाही दिला. ते अर्जुनाला म्हणाले - "हे अर्जुना-धनंजया, जर तू तुझं आयुष्य, तुझी कर्मं, तुझ्या कृती, भावना आणि विचार मला अर्पण केलेस आणि तुझं जीवन सर्वस्व परमेश्वराच्या चरणी वाहिलंस, तर परमेश्वर नक्कीच तुला मार्गदर्शन करेल. आयुष्याची लढाई कशी करायची, जीवन-संग्रामात सतत सावध कसं राहायचं याबद्दल मी मार्गदर्शन करेन. तू मुळीच भिऊ नकोस." असा विश्वास श्रीकृष्ण अर्जुनाला देतात. "मी स्वतः तुझ्या पाठीशी- तुझ्या बरोबर असताना तुला भिण्याचे काहीच कारण नाही." असा दिलासा देतात. म्हणूनच आत्मपरिचयाचा, सर्वात सोपा मार्ग 'सर्वस्वसमर्पण' हाच आहे. ■

सर्वोच्च समाधान आणि आध्यात्मिक परमानंद

आनंद-प्राप्ती ही प्रत्येकाचीच इच्छा

आनंद किंवा समाधान ही माणसाची स्वाभाविक गरज आहे, हे आपण लक्षात घ्यायला हवं. आनंद ही स्वाभाविक गरज असण्याचं कारण असं, की प्रत्येक माणसात दिव्य ब्रह्मतत्त्वाचा, देवाचा अंश असतो. त्यालाच 'सच्चिदानंद' म्हणतात. आपण मुळातच आनंदी वृत्तीचे असतो, पण आपले नकारात्मक विचार, निराशावाद जगातली प्रत्येक गोष्ट खरं तर दु:खदायक आहे असं मानणं, परस्पर ईर्षा, हेवे-दावे आणि राग इत्यादींमुळे आपण दु:खी होतो. म्हणून असे नकारात्मक विचार मनातून काढून टाकण्याची सवय आपण लावून घेतली पाहिजे. या संदर्भात स्वामी मुक्तानंदांचे विचार महत्त्वाचे आहेत. ते म्हणतात - 'रोजच्यारोज तुम्हीच तुम्हाला बदलत राहा- स्वत:मध्ये सुधारणा करत राहा- अधिकाधिक उच्च, चांगले, उदात्त, उदार विचार करा.' टॉलस्टॉय यांचाही या बाबतीतील सल्ला विचार करण्यायोग्य आहे - 'तुम्हाला आनंदी व्हायचं असेल, तर तसे राहा.' इमर्सन यांचंही मत अगदी योग्य आहे – 'आनंद हे असं अत्तर आहे, ज्याचे काही थेंब तरी स्वत:जवळ

असल्याशिवाय तुम्ही ते इतरांवर शिंपडू शकत नाही.' विल्यम हेन्री चिनिंग यांची शिकवणसुद्धा अगदी लक्षात ठेवण्यासारखी आहे - 'आयुष्यात छोट्या-छोट्या गोष्टीं-मध्येही समाधानी असणं, छानछोकीपेक्षा-चैनीपेक्षा आपला आब राखून राहाणं आणि उगाच फॅशनच्या-नवेपणाच्या मागे लागण्यापेक्षा अभिजातपणा, उच्च अभिरुची जपणं, नुसतं आदरणीय 'असणं' नव्हे, तर खरंच त्या योग्यतेचं असणं, धनिक नव्हे -श्रीमंत असणं, झटून अभ्यास करणं, शांतपणे सारासार विचार करणं, सभ्यतेनं बोलणं, मोकळेपणानं वागणं, निसर्गाशी-चंद्र-चांदण्यांशी-पक्ष्यांशी संवाद साधणं - त्यांचं बोलणं ऐकणं, खुल्या दिलानं निष्पाप बालका-पासून साधूसंतांपर्यंत सगळ्यांचे विचार ऐकणं, प्रसन्नतेनं सगळ्या गोष्टींकडे पाहाणं- अनुभव घेणं, सगळ्या प्रसंगांत धैर्यानं सामोरं जाणं, व्यर्थ चिंता न करणं – एका शब्दात सांगायचं झालं तर सर्वसामान्यातून वर येऊन मुक्त-ब्रह्मानंदात हरवलेल्या आत्म्यासारखं जगावं.'

या भागात आपण काही सकारात्मक गोष्टींबद्दल चर्चा केली. आपलं रोजचं जीवन आनंदानं भरून टाकण्यासाठी दैनंदिन जीवन आनंदी करण्यासाठी या गोष्टींची नितांत गरज आहे.

१. मनाचे संतुलन, मन:संयम - आनंद ही काही फक्त शारीरिक स्थिती नसून ती मनाची अवस्था आहे, म्हणून दैनंदिन जीवन जगताना आनंदी राहण्यासाठी मनावर ताबा असणं फार महत्त्वाचं ठरतं. मनावर पूर्णपणे ताबा मिळवण्यासाठी आपल्याला आपली इच्छाशक्ती वाढवायला हवी. ज्याचं मन ताब्यात नाही - त्याचं मन शांत राहू शकत नाही

आणि त्याला आयुष्यात आनंदही मिळू शकत नाही. मनोनियमनाने - मनावर ताबा ठेवल्यानं आपल्याला दिव्य चैतन्याचा प्रकाश प्राप्त होतो, कारण शांत मनच सहजपणे एकाग्र होऊ शकतं. इथे एक गोष्ट लक्षात ठेवायला हवी. ती म्हणजे ज्याच्या आयुष्याला काही नैतिक मूल्यांचं अनुष्ठान-मार्गदर्शन नसतं, ज्याच्या आयुष्याला नियमितपणा, शिस्त नसते, तो आपल्या मनावर ताबा ठेवू शकत नाही, म्हणून आपल्या आयुष्याला शिस्त लावणं महत्त्वाचं आहे. यासाठी एकाग्रतेने ईश्वराचं ध्यान करणं हा अतिशय प्रभावी मार्ग आहे.

२. 'प्रेम' ह्या जादुई गुणाची जोपासना करा

'प्रेम' म्हणजे माणसाच्या हृदयातल्या दिव्यत्वाचं-ईश्वरी अंशाचं प्रकट, प्रगल्भ रूप- उदात्तीकरण. या मूलभूत मूल्याची जोपासना करून त्याचा रोजच्या जीवनात उपयोग करायला हवा. 'प्रेम' हा सर्वच जिवांचा स्रोत आहे. ईश्वरी सौंदर्याची मानवी जीवनातील ती एक तीव्र इच्छा आहे-तृष्णा आहे. माणसा-माणसातले सगळे संघर्ष, मतभेद, भांडणं फक्त 'प्रेम'च मिटवतं. माणसाचं माणसाशी नातं जोडण्याचं सामर्थ्य फक्त प्रेमातच आहे. माणसाच्या मनाला दिव्यत्वाचा संस्पर्श म्हणजे प्रेमभावना. ती नेहमीच सगळ्या गोष्टींना बळ, खोली आणि चिरंतनता देते. थोडक्यात काय, प्रेम हा एक मोठा गुण आहे, त्याची परिणती निश्छल, नि:संदिग्ध, निरामय आनंदात होते आणि अशा माणसाच्या सभोवतालच्या सगळ्या माणसांवरही आनंदाची

बरसात होते. प्रेमाच्या मातीतच प्रेमाचं बीज रुजतं, अंकुरतं-मूळ धरतं. ते आपोआप, सहज स्वाभाविकपणे, कुठलाही अडथळा न येता फोफावतं, पक्व होतं. आपण आपली मित्रमंडळी, नातेवाईक, शेजारी-पाजारी, ओळखीचे, इतकंच नव्हे तर आपल्या संपर्कात येणाऱ्या प्रत्येकावरच प्रेम करायला हवं, आणि महत्त्वाचं म्हणजे हे प्रेम नि:स्वार्थ असायला हवं. अशा नि:स्वार्थी, निरपेक्ष प्रेमानंच आपल्याला मोठा आनंद मिळतो. निरपेक्ष प्रेमाची भावना नेहमीच फार आनंददायी असते. यासाठी कॉलरिड यांनी म्हटलं आहे -'जो प्रेम करतो, तोच उत्तम प्रार्थना करतो, या जगातल्या सर्व लहान-मोठ्या गोष्टी आपल्याला निर्माण करणाऱ्या, आपल्यावर प्रेम करणाऱ्या देवानंच निर्माण केल्या आहेत.' ईश्वराबद्दल तसंच सर्वच प्राणिमात्रांबद्दल प्रेम-भाव बाळगायला हवा, त्यातच आज जगाला भेडसावणाऱ्या सगळ्या वाईट गोष्टींवरचा उपाय, तोडगा सापडू शकेल, हे लक्षात घ्या.

३. ईर्षा कशासाठी, हेवेदावे का?

दुसऱ्याबद्दलची ईर्षा, असूया, हेवा हा आनंदाचा सर्वात मोठा शत्रू आहे. असूयेबद्दल जॉश बिलिंग्ज म्हणतात - 'तुम्ही मला इतरांच्या आयुष्यातल्या गोष्टींबद्दल हेवा करणारा, असूया बाळगणारा माणूस दाखवा आणि मी तुम्हाला त्याच्याकडे स्वत:च्या आयुष्यात त्यातल्या अनेक गोष्टी आहेत, हे दाखवून देईन.' ईर्षेमुळे दुसऱ्यांचं कदाचित काही नुकसान होत नसेल, पण ती आपल्या मनातला आनंद नक्कीच

नष्ट करते. असूयेची झळ मनाच्या आनंदाला निश्चितच पोळून काढते. त्यामुळे मनात विनाकारण कडवटपणा, दुसऱ्याबद्दल कटुता निर्माण होते आणि ती सगळ्या आनंदावर विरजण टाकते.

४. क्षमाशीलता

आनंद मिळवून देणाऱ्या सर्वोत्तम गोष्टींमधली आणखी एक चांगली गोष्ट म्हणजे क्षमाशील वृत्ती. एकदा का आपण दुसऱ्या व्यक्तीला क्षमा केली, की आपल्या मनातलं किल्मिष, कटुतेचं बीज नष्ट होतं आणि आनंदाचा मार्ग मोकळा होतो. क्षमाशीलतेबद्दल जॉर्ज हर्बट काय म्हणतात पहा - 'जो माणूस दुसऱ्यांना क्षमा करू शकत नाही, तो आपल्यापर्यंत पोहोचणारा पूल स्वतःच कोसळवतो - कारण प्रत्येकालाच क्षमेची गरज असते.'

५. स्वतःलासुद्धा क्षमा करा

आपण फक्त दुसऱ्यालाच क्षमा करायला हवी असं नाही, तर स्वतःलासुद्धा क्षमा करायला हवी. भूतकाळातल्या आपल्या चुका आठवून त्याबद्दल पश्चात्ताप करत बसणं योग्य नव्हे. त्या चुकांबद्दल स्वतःलाही क्षमा करायला हवी. किंबहुना भूतकाळातल्या चुकांपासून धडा घेऊन तशा, त्याच चुका पुन्हा भविष्यकाळात होणार नाहीत याची काळजी घ्यायला हवी. आपण स्वतःचा तिरस्कार करण्याऐवजी, स्वतःला तुच्छ मानण्याऐवजी, स्वतःबद्दल प्रेमाची भावना वाढवायला हवी. बायबलमध्ये म्हटलं आहे - 'आपल्याइतकंच शेजाऱ्यांवरही

प्रेम करा.’ स्वत:बद्दल प्रेम नसणं हे अनेक मानसिक विकारांचं मूळ कारण आहे, असं वैद्यकशास्त्रानं सिद्ध केलं आहे. अमेरिकेतल्या वॉशिंग्टनच्या ‘नॅशनल इन्स्टिटयूट ऑफ मेंटल हेल्थ’ (राष्ट्रीय मन:स्वास्थ्य संस्था) या संस्थेचे माजी संचालक डॉ. रॉबर्ट एच. फेलिक्स यांच्या मते – ‘जेव्हा माणसाला स्वत:ला काहीतरी स्थान आहे, मान आहे, आपल्या जगण्याला काही किंमत आहे, अर्थ आहे, पुरतेपणा आला आहे असं जाणवतं, तेव्हा त्याला स्वत:बद्दल प्रेम वाटतं – आणि त्याचबरोबर एक विनम्रतेचा भावही त्याच्या मनात निर्माण होतो.’

६. प्रफुल्लित मन आणि स्मितवदन

आनंदाचा आणखी एक पैलू म्हणजे प्रफुल्लित मन - प्रसन्न स्वभाव. सदा सर्वकाळ आपल्या चेहऱ्यावर हास्याचा मुखवटा धारण करण्याची आपण सवय लावून घ्यायला हवी. नेहमी आपला चेहरा आनंदी, प्रसन्न ठेवायला हवा. हास्य, स्मित काही विकत घ्यावं लागत नाही - त्याच्यासाठी पदरमोड करावी लागत नाही, उलट त्यातून निर्माण मात्र बरंच काही होतं. हसण्यासाठी पैसे तर पडत नाहीतच, उलट आपला फायदा मात्र नक्की होतो. जो हसतो, त्याचं सामर्थ्यही काही कमी होत नाही. सेंट फ्रॅन्सिस काय म्हणतात ते लक्षात घ्या आणि प्रसन्न राहायचं लक्षात ठेवा. ते म्हणतात — ‘देवाच्या सेवकाचा चेहरा कधीही दु:खी आणि त्रासिक असू नये.’ सत्कृत्य करताना नेहमी पाँडेचरीच्या माताजींची शिकवण आठवायला

हवी –'नेहमी आणि सर्वच परिस्थितीत हसायला शिका, आनंदात हसा आणि दुःखातही हसाच, आशादायक स्थितीत जसे हसाल तसे त्रासदायक-निराशाजनक अवस्थेतही प्रसन्न राहा, कारण हास्यामध्येच स्वतःला जिंकण्याची दैवी शक्ती आहे. स्वतःवर स्वामित्व मिळवण्याचं, विजय मिळवण्याचं अलौकिक बळ हसण्यातूनच मिळतं.'

७. दुःखाचं गाठोडं बाळगू नका

आयुष्यात नेहमी शांत आणि संयमी राहण्याची सवय अंगी बाणवायला हवी. एकसारखं प्रत्येक गोष्टीवर चिडचिड करणं, रागावणं, संताप करून घेणं योग्य नाही, ते टाळायला हवं. उगाचच 'वड्याचं तेल वांग्यावर' काढू नये. म्हणजे आपल्या मनातला राग, चीड, कडवटपणा उगाचच आपल्या निरपराध शेजाऱ्यांवर, मित्रांवर काढू नये. कधी दुःखाचे, निराशेचे प्रसंग खरोखरच आपल्यापुढे उभे राहातात. त्यांची कारणंसुद्धा खरी, योग्य असतात, पण आपण दुःखाचं, निराशेचं गाठोडं उरी बाळगायचं नसतं. आपल्या अचेतन मनात, मनाच्या गाभाऱ्यात दुःखाला, निराशेला स्पर्श करू द्यायचा नाही. अन्यथा आपल्या भावनांच्या वेलीला ती विषारी कीड नष्ट करून टाकेल - त्या वेलीवर हे रोगजंतू बांडगुळासारखे वाढीला लागतील. अगदी खरंखुरं दुःख असलं तरी ते काचेच्या भांड्यात ठेवून सतत त्याच्याकडे बघत बसण्यापेक्षा म्हणजेच आपलं दुःख कुरवाळत बसण्यापेक्षा हलक्या मनानं त्याच्याकडे पाहा - तसंच ते दुःख अलगद झेला आणि

नेहमी 'आनंदी व्यक्ती' म्हणून जगण्याचा प्रयत्न करा.

८. अनुभव आणि अपेक्षा यातली दरी जाणून घ्या

रोजच्या आयुष्यात जर दु:खाचे क्षण जास्त असतील तर आनंदच हरवून जातो. सुदैवानं असे बरेच क्षण टाळता येण्याजोगे असतात. बऱ्याचदा असं होतं, की आपल्या घरातले किंवा आपली जवळची मित्रमंडळी आपल्या अपेक्षेला उतरत नाहीत आणि मग आपण त्यांच्यावर रागावतो. आनंद म्हणजे वस्तुस्थिती आहे तशी स्वीकारणं, मान्य करणं, तसंच आपल्या घरातल्या मंडळींकडून आणि मित्र-परिवाराकडून अति, अवाजवी अपेक्षा केल्या नाहीत की आनंदाची प्राप्ती होणं शक्य आहे.

९. आपल्या स्वभावाच्या नाण्याच्या दोन बाजू ओळखा (स्वार्थी वृत्ती-नि:स्वार्थी वृत्ती)

माणसाचा स्वभाव दुहेरी असतो. तो एकीकडे स्वार्थी, स्वयंकेंद्रित, स्वत:च्या पायापुरतं बघणारा आहे, तर दुसरीकडे तो नि:स्वार्थी, मोठ्या मनाचा, उदार दृष्टीचाही आहे. जेव्हा आपण दुसऱ्याला काही देतो तेव्हा आपल्याला आनंद झाल्याचा अनुभव येतो. कारण, आपल्यापेक्षा ज्याच्याकडे काही कमी आहे, त्याला काहीतरी देऊन मुळात आपण आपल्याच अंतरात्म्याची आतली इच्छा पूर्ण करत असतो. अशा दृष्टीनं दुसऱ्याला आपल्याजवळचं काही देणं हा सर्वांत स्वस्त, कमी खर्चिक मार्ग आहे आणि आज उपलब्ध असणारा

सर्वात जास्त प्रभावी मानसिक उपचाराचाही मार्ग आहे. म्हणूनच आपल्या स्वत:च्या आनंदासाठी, मानसिक-आध्यात्मिक समाधानासाठी आपण गाजावाजा न करता, शांतपणे नि:स्वार्थी सेवा केली पाहिजे. त्यात कोणतीही परतफेडीची अपेक्षा, 'या सेवेबद्दल मला काय मिळेल' ही भावना ठेवता कामा नये. याबाबत कवी वर्डस्वर्थ यांचे विचार फार सुंदर आहेत. ते म्हणतात –'दया, करुणेनं प्रेरित असं निनावी आणि करून विसरून गेलेलं प्रेमाचं वर्तन हा चांगल्या माणसाच्या व्यक्तिमत्वाचा एक पैलू आहे.'

१०. आध्यात्मिक आनंद, पारमार्थिक समाधान

आयुष्यात आशावादी असण्यात आणि परमेश्वरावर संपूर्ण श्रद्धा, निष्ठा ठेवण्यानं आपल्याला खरा आध्यात्मिक आनंद मिळतो. सर्वोत्तम जीवनासाठी परमेश्वरावर श्रद्धा ठेवण्याच्या मूल्याबाबत आपण या आधी चर्चा केली आहे. माणसाची जर अशी श्रद्धा नसेल, तर त्याच्या आयुष्यातली आशा आणि आत्मविश्वास ढासळतो, कमकुवत होतो. आपण नेहमी आपल्या आयुष्यातले आनंदाचे क्षण लक्षात ठेवले पाहिजेत. या आधीही सांगितल्याप्रमाणे ध्यानधारणा, चिंतन आणि परमेश्वराच्या चरणी संपूर्ण शरणागती नक्कीच आपल्याला निरंतर आध्यात्मिक आनंद आणि चिरंतन समाधान मिळवून देईल.

■

सत्य, सौंदर्य आणि स्नेह यांचा दैनंदिन जीवनात अनुभव

आध्यात्मिक जीवनात 'सत्य' हा मैलाचा दगड

आध्यात्मिक-पारमार्थिक जीवनातली सर्वात मोठी अत्यावश्यक गोष्ट म्हणजे 'सत्य'. ऋग्वेदात स्पष्टच म्हटलं आहे – 'एकाच सत्याचं वर्णन ऋषीमुनी आणि साधुसंतांनी अनेक प्रकारे केलं आहे.' बृहदारण्यक उपनिषदात पारमार्थिक जीवनाबद्दल एक महत्त्वाचा उपदेश केला आहे – धर्माहून श्रेष्ठ दुसरे काही नाही. धर्म सर्वश्रेष्ठ आहे. सामान्यत: ज्याला 'धर्म' म्हणतात, तेच 'सत्य' आहे, तर मंडकोपनिषदात म्हटलं आहे –'सत्य नेहमीच विजयाचा आनंद देतं, असत्य नाही. सत्यामुळेच तर साधु-संतांच्या मार्गातले अडथळे दूर झाले. त्यांचा मार्ग मोकळा झाला. संतांनी सांगितलेल्या ह्याच सत्याच्या वैश्विक मार्गावरून परमतत्त्व-ईश्वराची प्राप्ती होईल.' अशा तऱ्हेने सत्य हाच परमेश्वर आहे आणि परमेश्वर हाच सत्य आहे. सत्य हे वास्तव आहे, असत्य ही कल्पना. सत्य हे प्रत्यक्ष आहे, असत्य हा आभास. सत्य ही श्रद्धा आहे तर असत्य अंधश्रद्धा. सत्याचा शोध ही माणसाची

दैवगती आहे. महर्षी दयानंदांनी म्हटलं आहे – सत्याचं आचरण करणाऱ्याला मरणाची भीती वाटत नाही, पण आपल्या धर्मग्रंथात सांगितलं आहे की – 'सत्यं ब्रूयात् -प्रियं ब्रूयात्' - खरं बोला, पण दुसऱ्याच्या मनाला लागेल, मन दुखावेल असं बोलू नका. हेन्री डेव्हिड थोरोनं नेमकं हेच सांगितलं आहे – 'खरं बोलण्याचा एकमेव मार्ग म्हणजे प्रेमानं बोलणं.'

स्वामी विवेकानंदांनी एकदा म्हटलं होतं –'सत्य हे सर्व-समावेशक आहे. सत्यात सर्वच गोष्टींचा समावेश होतो.' म्हणून तर विवेकानंदांचे गुरू रामकृष्ण परमहंस एकमेव सत्य सोडून इतर सर्व गोष्टींचा त्याग करू शकले. म्हणजे थोडक्यात, सत्य एकाच वेळी साध्य आहे आणि साधनही. आपल्या पारमार्थिक जीवनातलं ध्येय 'सत्यवादी' व्यक्ती होणं हे असायला हवं. जो सगळ्यापासून विरक्त आणि मुक्त आहे, तो खरा माणूस. अशा तऱ्हेने सत्य हा आपल्या आध्यात्मिक-पारमार्थिक आयुष्यातला मैलाचा दगड आहे.

सौंदर्य हा पारमार्थिक जीवनाचा आवश्यक पैलू आहे

अल्बर्ट आईन्स्टाईन यांच्या म्हणण्यानुसार –'दयाबुद्धी, सौंदर्य आणि सत्य याच आदर्शांनी मला वेळोवेळी जीवनात संघर्षाच्या वेळी उत्साह दिला, प्रेरणा दिली, माझ्या जीवनाच्या वाटा उजळून टाकल्या. सत्ता, बाह्यात्कारी यश, ऐषोआराम, चैन या तीन गोष्टी माझ्यासाठी नेहमीच निंद्य होत्या, या तीनही गोष्टींचा मला नेहमी तिटकाराच

वाटत आला.'

जॉन कीटस् यांच्या सत्य आणि सौंदर्याबद्दलच्या ओळी तर चिरस्मरणीय आहेत – 'सौंदर्य म्हणजे सत्य, सत्य म्हणजे सौंदर्य. सत्य म्हणजे विश्वात तुम्हाला जे माहीत आहे, आणि सत्य म्हणजे या विश्वात तुम्हाला जे माहीत करून घ्यायचे आहे, जाणून घ्यायचे आहे.' आकर्षक व्यक्तिमत्त्व हे एखाद्या सुंदर उद्यानासारखं असतं. उत्तम बीज पेरणं अतिशय महत्त्वाचं आहे. हे बीज आहे प्रेमाचं, त्याला काळजीपूर्वक जोपासलं पाहिजे, तर ते सुंदर झाड बनेल. प्रेमाचा अंकुर 'वटवृक्ष' बनेल.

जगात जी गोष्ट सुंदर नाही, ती त्याज्यच आहे, टाकून देण्याच्या लायकीची आहे. 'दि ब्युटीफूल लाईफ' (१८८०) या ग्रंथात विल्यम मॉरिस म्हणतात – 'सर्वांना लागू होईल असा सुवर्णनियम, सुवर्ण दंडक हवा आहे? तर तो असा आहे - जे तुम्हाला उपयुक्त वाटत नाही किंवा जे तुम्हाला सुंदर आहे असं जाणवत नाही, ते सगळं घरातून काढून टाका – अशा अनुपयुक्त आणि सुंदर नसलेल्या गोष्टी घरात साठवून ठेवण्याची काहीच गरज नाही!

पारमार्थिक जीवनासाठी 'प्रेम' हा महत्त्वाचा घटक आहे.

प्रेम हे आनंदाचं महत्त्वाचं अंग आहे. प्रसंगानुरूप त्याचं वर्णन - त्याची व्याख्या वेगवेगळी केली जाते. स्वामी चिद्भवानंद म्हणतात, – 'प्रेम विश्वव्यापी आहे, ते सर्वत्र पसरलेलं आहे. शारीरिक आकर्षणाच्या

पातळीवर प्रेम व्यक्त रूप धारण करतं. लैंगिक आकर्षणाच्या स्वरूपात असणाऱ्या प्रेमात द्वेष-ईर्षा असते, ते समाजव्यवस्थेत विष पसरवतं, आणि मनामनातलं वातावरण गढूळ करून टाकतं. विशुद्ध प्रेम विधायक असतं. ते नेहमी, कायमच देत असतं, त्याला कशाची अपेक्षा नसते. विशुद्ध प्रेमातूनच दिव्यत्वाचा स्पर्श मिळतो. प्रेम माणसाचं आयुष्य सौंदर्यपूर्ण करतं. सगळ्या अडचणींवर ते मात करतं. ते कौटुंबिक आयुष्याचं पावित्र्य जपतं. प्रेम सगळं विश्व एकत्र आणतं - वसुधैव कुटुंबकम्! प्रेम कुरुपाला सुस्वरूप बनवतं. ते नरकाचं स्वर्गात रूपांतर करतं. म्हणून तर आपलं मन प्रेमभावनेनं काठोकाठ भरून टाकू या.' प्रेमाच्या विविध रूपांचं वर्णन करताना स्वामी ज्योतिर्मयानंद म्हणतात – 'प्रेम मुळातच दिव्यत्वाचा अंश आहे, मानवी जीवनात ते विविध रूपांत प्रकट होतं. वास्तवरूपात दिव्य-स्वरूप असणारं प्रेम माणसाच्या जीवनात विविध रूपं धारण करतं. आपल्यापेक्षा सर्वच दृष्टींनी लहान असणाऱ्यांबद्दलच्या प्रेमाला 'अनुराग' - दिव्य प्रेम म्हणता येईल. आपल्यासारख्याच – समपातळीवर असणाऱ्यांविषयी वाटणारी भावना ही सामान्य प्रेमभावना, तर ज्येष्ठांबद्दलचं आदरयुक्त प्रेम म्हणजे श्रद्धा. प्रेमिकाविषयी वाटणारी, सर्वस्व ओवाळून टाकण्याची भावना म्हणजे 'प्रणय', तर परमेश्वराबद्दल असणाऱ्या प्रेमाला 'भक्ती' म्हणतात.'

थोर रशियन विचारवंत फेडर दस्तोवस्की म्हणतात –'परमेश्वरानं निर्माण केलेल्या सगळ्याच गोष्टींबद्दल प्रेम बाळगा. अगदी या

संपूर्ण विश्वासापासून ते वाळूच्या प्रत्येक कणापर्यंत! प्रत्येक पानावर, प्रत्येक प्रकाशकिरणावर प्रेम करा. पशु-पक्षी, झाडं-झुडुपं अगदी एका-एका गोष्टीवर प्रेम करा. तुम्ही असं सृष्टीतल्या प्रत्येक कणावर, प्रत्येक गोष्टीवर प्रेम करायला लागलात की, त्यांच्यातल्या गूढ, ईश्वरी अंशाचा तुम्हाला प्रत्यय येईल आणि एकदा का हा प्रत्यय आला, की त्या ईश्वरी अंशाला जाणून घेण्याची क्रिया रोज हळूहळू वाढत जाईल. जेव्हा तुम्ही यातलं सर्वोच्च शिखर गाठाल, तेव्हा ते प्रेम सार्वत्रिक-सर्वव्यापी-वैश्विक होऊन जाईल.'

रोजच्या जीवनात प्रेमभावना वाढवण्याची प्रेरणा स्वामी विवेकानंदांच्या त्यासंदर्भातल्या विचारांनी मिळते –'सगळ्याचा विस्तार म्हणजे जीवन, सगळ्याचा संकोच म्हणजे मृत्यू. सर्वभूती प्रेम म्हणजे व्यापकता, तर स्वार्थ म्हणजे संकुचितपणा. म्हणूनच 'प्रेम' हाच जीवनाचा एकमेव नियम आहे. जो सर्वांवर प्रेम करतो तो खऱ्या अर्थाने जगतो, जो स्वार्थासाठी जगतो त्याचं जगणं म्हणजे मरणच. म्हणूनच प्रेमासाठी प्रेम करावं – कारण, हाच जगण्याचा एकमेव मार्ग आहे, मानदंड आहे. जसं तुम्ही जगण्यासाठी श्वास घेता तसं प्रेमही श्वासाइतकंच आवश्यक आहे!'

स्वामी शिवानंदांचंही मत काहीसं असंच आहे – "प्रेम म्हणजे गूढ दिव्यत्वाचा अंश आहे, किरण आहे. हाच प्रेमाचा धागा सर्व प्राणिमात्रांची मनं परस्परांशी जोडून ठेवतो. ही एक अत्यंत गुणकारी-रामबाण अशी दिव्य औषधी आहे. माणसाच्या सर्व दुःखांवर, वेदनांवर

हळूवार फुंकर घालणारं जादूई मलम आहे. श्रद्धा-प्रेम-भक्ती नसलेलं आयुष्य अगदी व्यर्थ आहे. प्रेम दिव्य आहे, अलौकिक आहे. प्रेम ही या पृथ्वीतलावरील सर्वात मोठी शक्ती आहे. ती सर्वग्राह्य आहे. प्रेमच माणसाचं हृदय जिंकू शकतं. ते शत्रुलाही नमवतं. प्रेमानं रानटी प्राणीही माणसाळतो. प्रेमाची शक्ती अमर्याद आहे. ते अथांग आहे, त्याचं स्वरूप शब्दातीत आहे – त्याचं वर्णन शब्दात करता येणार नाही.''

सारांश : मला आठवतं, की एकदा एका वृद्ध स्त्रीला कुणीतरी विचारलं होतं – 'तुमची त्वचा इतकी सुंदर, तुकतुकीत, तेजस्वी कशी? तुम्ही कोणतं प्रसाधन वापरता?' यावर त्यांनी फार सुंदर मार्मिक उत्तर दिलं – 'मी ओठांसाठी सत्य, आवाजासाठी आर्जवपूर्ण प्रार्थना, हातासाठी औदार्य, शरीरसौष्ठवासाठी विवेक आणि मनाच्या तंदुरुस्तीसाठी प्रेमाचा उपयोग करते.'

■

नीतिमत्ता आणि चांगल्या आरोग्यासाठी आहार-सवयी

चांगल्या जीवनमानासाठी आहार सवयींचे आधुनिकीकरण

आपण ज्या प्रकारचं अन्न खातो, आहार घेतो तशा आपल्या कृती आणि आपले विचार बनतात. आहाराचे, अन्नाचे तीन प्रकार आहेत – सात्त्विक, राजसिक, तामसिक. यातील सात्त्विक आहार सर्वोत्तम मानला जातो. भगवद्‌गीतेच्या १७ व्या अध्यायात आठव्या श्लोकात म्हटलं आहे –

आयुःसत्त्वबलारोग्यसुखप्रीतिविवर्धनाः।
रस्याः स्निग्धाः स्थिरा हृद्या आहाराः सात्त्विकप्रियाः।।

याचा अर्थ असा की, आयुष्य वाढवणारे, सत्त्वशुद्धी करणारे, बल, आरोग्य, सुख आणि तृप्ती देणारे, रसयुक्त, स्निग्ध, स्थिर राहाणारे आणि मनाला आनंद देणारे आहार सात्त्विक प्रवृत्तीच्या माणसांना आवडतात.

म्हणून शक्य तितकं आणि शक्यतोवर सात्त्विक आहार घ्यायचं

आपण ठरवायला हवं. तसं ध्येयच ठेवायला हवं. आणि शाकाहारी भोजनातले बहुतेक सर्व म्हणजे विशेषत: फळं-भाजीपाला इ. 'सात्त्विक' आहार आहे. मांसाहारी आहारातील कोणताच पदार्थ कधीच सात्त्विक असत नाही. त्यामुळे यापुढे अध्यात्मीमार्गी जीवनासाठी फक्त सात्त्विक किंवा राजसिक आहारच घ्यावा. आहाराच्या सवयींबाबत साधं असावं. याबाबात भगवान श्रीकृष्ण गीतेच्या ६ व्या अध्यायात म्हणतात –

युक्ताहारविहारस्य युक्तचेष्टस्य कर्मसु।
युक्तस्वप्नावबोधस्य योगो भवति दुःखहा।।

(श्लोक : १७)

म्हणजे जी व्यक्ती आपल्या खाण्याच्या, झोपण्याच्या, काम करण्याच्या तसंच करमणूक आणि क्रीडेच्या सवयींत नियमित असते, तिची सांसारिक दुःखे योगाभ्यासाने नष्ट होऊ शकतात.

मी शाकाहारी का राहावं?

पाश्चिमात्त्य देशांत शाकाहाराला जास्तीतजास्त मान्यता मिळू लागली आहे. शाकाहार हा जास्त शास्त्रोक्त, आधुनिक असून मांसाहारापेक्षा हा एक चांगला जीवनमार्ग आहे असं त्यांना वाटू लागलं आहे. उत्तम आरोग्यासाठी शाकाहार हा आदर्श असल्याची शिफारस जगभरातले वैद्यकशास्त्रातले तज्ज्ञ एकमुखानं करतात. शाकाहारातील फळं, भाज्या, डाळी, कडधान्यं, दूध आणि दुधाचे पदार्थ हे आहार समतोल राखतात. या पदार्थांचं आपल्या पचनक्रियेत अपायकारक पदार्थात

रूपांतर होत नाही. मांसाहारात मृत प्राण्यांचं सेवन होतं, पण भाजीपाल्यात तसं नसतं. एखाद्या प्राण्याला मारताना तो घाबरतो आणि त्यावेळी विषारी पदार्थांचे घटक त्याच्या शरीरात प्रवेश करतात, हे प्रयोगांनी – संशोधनात सिद्ध झालं आहे. अशा प्राण्याचं मांस जेव्हा खाण्यात येतं, तेव्हां त्याद्वारे ते विषारी पदार्थ त्या व्यक्तीच्याही शरीरात प्रवेश करतात आणि ते व्यक्तीच्या आरोग्याला घातक ठरू शकतात. अंड्यांसह इतर मांसाहारी खाद्यपदार्थांत 'ब' जीवनसत्त्व, 'क' जीवनसत्त्व, कॅल्शियम आणि कार्बोहायड्रेटस्‌चा (कर्बोदके) अभाव असतो असं डॉ. मायकेल केप्‌ल, डॉ. एम. एस. ब्राऊन आणि डॉ. जे. एल.गोल्डस्टीन अशा वैद्यकक्षेत्रातल्या नामवंत तज्ज्ञांनी सिद्ध केलं आहे. मानव शाकाहारी असावा अशीच रचना निसर्गानं केलेली आहे. त्याची मांसाहारी प्राण्यांच्या शरीररचनेशी तुलना केली तर मांसाहारी प्राण्यांना जिवंत प्राण्यांचं मांस बाहेर काढण्यासाठी, चावण्यासाठी मोठे लांब अणकुचीदार दात असतात. गायी, माकडं, घोडे आणि इतर शाकाहारी प्राण्यांना सपाट दात असतात, त्या दातांनी ते शाकाहारी अन्नाचं चर्वण करतात, रवंथ करतात. मांस खाणाऱ्या प्राण्यांना खरखरीत जीभ असते, त्यानं ते प्राण्याच्या हाडातून चघळून, चोखून मांस खातात. मांसाहारी प्राण्यांचं मोठं आतडं त्यांच्या शरीराच्या लांबीच्या दुप्पट-तिप्पट लांब असतं. त्यामुळे त्यांनी खाल्लेलं मांस पचनापूर्वी त्यांच्या पचनक्रियेच्या अवयवांतून व्यवस्थितपणे पुढे जाऊ शकतं. गवत खाणाऱ्या प्राण्यांच्या

बाबतीत मात्र त्यांचं आतडं त्यांच्या शरीराच्या लांबीच्या ६ ते ७ पट लांब आढळतं. शाकाहारी प्राण्यासारखेच माणसाचे दात सपाट असतात. त्या प्राण्यांप्रमाणेच माणसाचीही आतडी त्याच्या स्वत:च्या शरीराच्या लांबीच्या ६ ते ७ पट लांब असतात. म्हणून देवानं आपल्याला फक्त शाकाहारी बनवलं असावं.

जगातल्या अनेक नामवंत व्यक्तीही नैतिकता म्हणून शाकाहार करणाऱ्या होत्या. उदा. ॲरिस्टॉटल, प्लुटो, सॉक्रेटिस, लिओनार्डो-द-विंची, शेक्सपिअर, डॉ. हक्स्ले, आईनस्टाईन, जॉर्ज बर्नार्ड शॉ, एच.जी वेल्स, ॲनी बेझंट, लिओ टॉलस्टॉय, शेली, रसेल, इमर्सन इ. श्रेष्ठ व्यक्तींनी शाकाहारच अंगीकारला होता. आपण जर एखाद्या प्राण्याला जीवन देऊ शकत नाही, तर मग त्या प्राण्याचा जीव घेण्याचा, त्याला मारण्याचा आपल्याला काय अधिकार आहे? आपल्याला तो अधिकार अजिबात नाही. भावनिकदृष्ट्या अधिक विकसित, परिपक्व अवस्थेत एखाद्या प्राण्याचा जीव घेण्यानं मनाला लागणारी टोचणी जास्त असते. या सर्व कारणांमुळे, विशेषत: वर वर्णन केलेल्या शारीरिक आरोग्याच्या दृष्टीनं शाकाहार करणं, शाकाहारच कायम ठेवणं अतिशय महत्त्वाचं आहे. त्यातून आपलं जीवन अधिक आरोग्यसंपन्न होऊन आध्यात्मिक प्रगतीलाही निश्चितच गती मिळेल!

शाकाहारातील पोषक तत्त्वे- पोषण मूल्ये

मांसाहाराच्या तुलनेत सर्व शाकाहारी पदार्थांत उत्तम आरोग्यासाठी

आवश्यक असणारी सर्व पोषणमूल्ये दिसून येतात. खाली दिलेल्या तक्त्यात ही तुलना १००ग्रॅम वजनाच्या शाकाहारी-मांसाहारी पदार्थांच्या दृष्टीनं केलेली आहे. (भारत सरकारचा २३ क्रमांकाच्या आरोग्य जाहीरनाम्यावर ह्या तक्त्यातील माहिती आधारित आहे.)

शाकाहारी पदार्थ	**पिष्ट पदार्थ**	**मिनरल्स**	**कर्बोदक**	**उष्मांक (कॅलरीज)**
ग्रीन ग्रॅम	२४.००	३.६	५६.६	३३४
सोयाबीन्स	४३.२	४.६	२०.९	४३२
शेंगदाणा	३१.९	२.३	१९.३	५४९
स्कीमड् दुधभुकटी	३८.३	६.८	५१.०	३५७
मांसाहारी पदार्थ				
अंडी	१३.३	१.९	नाही	१७३
मासे	२२.६	०.८	नाही	९१
मटण	१८.५	१.३	नाही	१९४

फलाहार आणि भाजीपाल्याला आहारात योग्य महत्त्व द्या.

शक्यतो रोज सकाळी न्याहरीच्यावेळी आपण एक फळ खावं. नेहमीच्या जेवणात कडधान्यं, डाळी, भाजीपाला इ.चा समावेश दोन्ही वेळेस करावा, पण शक्यतोवर कडधान्य आणि स्नॅक्सचे चमचमीत पदार्थ न्याहरीच्यावेळी टाळावेत. दोन जेवणांच्या मध्यंतरात फारसे काहीच खाऊ नये; त्या ऐवजी फळांचा ताजा रस घ्यावा.

कोकाकोला आणि मादक पदार्थांचं सेवन नेहमी टाळावं, मद्यपान करू नये.

संधीवातावर गुणकारी आध्यात्मिक प्रवृत्ती

हल्ली जगभरात सगळीकडे सामान्यतः संधीवाताचा आजार आढळून येतो. गुडघेदुखीच्या चिकट दुखण्यानं हैराण असणाऱ्यांना धार्मिक आणि आध्यात्मिक वृत्तीचा खूप उपयोग होतो. त्यामुळे त्यांना आराम पडतो, त्यांच्या वेदना कमी होतात आणि आता 'आपल्याला बरं वाटतंय' अशी त्यांची भावना होते. केथ मूल्वीहिल यांनी टाइम्स ऑफ इंडियाच्या नवी दिल्लीच्या आवृत्तीत लिहिलेल्या एका अहवालात ही माहिती दिली आहे. (१९ एप्रिल, २००१ रोजी) डॉ. फ्रान्सिस जे. कीफ (ड्यूक युनिव्हर्सिटी मेडिकल स्कूल, दरग्हॅम, नॉर्थ कॅरोलिना) आणि त्यांच्या सहकाऱ्यांनी लिहिलं आहे – 'खूप काळापासून चालू असलेलं आजारपण किंवा दुखणं यामुळे एखादी व्यक्ती सकारात्मक दृष्टिकोन ठेवू शकणं अवघड जातं किंवा अशी माणसं देवाशी किंवा जीवनातल्या सौंदर्याशी आपलं नातं जोडून ठेवणं कितपत शक्य आहे अशी शंका येते, पण या पाहणीत मात्र अगदी वेगळाच अनुभव आला आहे. ज्या माणसांचा दृष्टिकोन सकारात्मक धर्मावर आणि चांगल्या आध्यात्मिक विचारांवर आधारित असतो, ती माणसं आपल्या दुखण्यावर ताबा ठेवू शकतात, वेदना कमी करू शकतात. सांधेदुखीच्या दुखण्यातसुद्धा सकारात्मक दृष्टिकोन आणि आजूबाजूच्या लोकांचा

आधार असेल तर त्या दुखण्याची तीव्रता कमी जाणवते असा अनुभव दिसून येतो.'

या लेखकांनी नमूद केल्याप्रमाणे असे अनुभव विरळा नाहीत, उलट अनेकांना रोजच्या जीवनात हे अनुभवता आलं आहे.

सहानुभूती, दया आणि चांगलं जीवन : एकाच नाण्याच्या दोन बाजू

शाकाहारामागचं सारांशात्मक तथ्य म्हणजे 'अहिंसा' भाव. सर्वच प्राणिमात्रांबद्दल दयेची, अनुकंपेची, सहानुभूतीची भावना म्हणजे अहिंसा. महाभारताच्या ६९व्या पर्वात (३८ ते ४३ श्लोकांत) दमयंती नलाला म्हणते –'दया हा सर्वोच्च गुण आहे,' हे तर सर्वमान्यच आहे, कारण 'जी आपण इतरांकडून अपेक्षा ठेवतो, आपणही त्यांच्याशी तसंच वागावं' हे नीतिशास्त्रातलं तत्त्व आहे. जेव्हा आपल्यामध्ये दया-सहानुभूतीचा गुण असेल तेव्हाच नैतिकता आपल्या वागण्यात प्रत्यक्षात उतरेल. तमिळ भाषेतला ५ वा वेद म्हणून मानल्या जाणाऱ्या 'तिरुक्कूरल' मध्ये थोर तमिळ संत तिरुवल्लूवर म्हणतात –

"दया ही माणसाची सर्वात मोठी संपत्ती आहे. ही अशी वैश्विक संपत्ती आहे जी जगातल्या सर्वात गरीब माणसाकडेसुद्धा असू शकते." अमेरिकेचे अध्यक्ष अब्राहम लिंकन हे या गुणामुळे विश्वविख्यात झाले. ते अमेरिकेत न्यू ऑरलॉन्स शहरात गेले होते. तिथं काहीजण

एका निग्रो माणसाला खांबाला डांबून निर्दयपणे मारत असलेले त्यांनी पाहिलं. या दृश्यानं त्यांच्या मनाला घरं पडली. त्यांच्या मनात दयेची भावना उचंबळून आली आणि त्यांनी गुलामगिरीची प्रथा बंद करण्याचा निर्णय घेतला. त्यांचा हा निर्णय म्हणजे एक ऐतिहासिक पाऊल होतं. ह्याच दया-करुणेच्या गुणामुळे आधी सांगितल्याप्रमाणे जगातल्या अनेक नामवंत व्यक्ती शाकाहारी झाल्याचे आढळते. म्हणूनच आध्यात्मिक विचारानं जगत असताना रोजच्या जीवनात हा दयेचा गुण अंगी बाणवणं महत्त्वाचं आणि गरजेचं आहे.

■

दुःखद आणि प्रतिकूल परिस्थितीशी सामना

दुःखाचे प्रसंग नेहमीच येतात

आपण रोजच्या जीवनात दुःखाच्या कितीतरी प्रसंगांना, प्रतिकूल परिस्थितीला सामोरे जात असतो. दुःखाच्या, चिरंतन वियोगाच्या प्रसंगांशी, प्रतिकूल परिस्थितीशी हातमिळवणी करणे हीच जीवन जगण्याची सर्वोत्तम कला आहे. दुःख कोणाच्या आयुष्यात येत नाही? दुःखाला सामोरं जावं लागत नाही असं कोणी आहे? ज्या व्यक्तीला आयुष्यात जवळच्या कुटुंबीयांच्या, नातलगांच्या किंवा मित्रमंडळींपैकी कोणाच्या मृत्यूचं दुःख–वियोगाचा प्रसंग सोसावा लागला नाही, अशी एखादी तरी व्यक्ती आहे? प्रत्येकालाच हे दुःख सोसावं लागतं. अशा सर्व दुःखाच्या-वियोगाच्या प्रसंगांमुळे माणसाला सहाजिकपणे ताण येतो, पण सकारात्मक दृष्टिकोन ठेवून वाईटातून चांगलं काय निर्माण करता येईल, हे पहाणं हाच अशा प्रसंगांना तोंड देण्याचा सर्वात चांगला मार्ग आहे. आपल्या दैनंदिन जीवनात येणाऱ्या विविध दुःखदायक घटनांना, प्रतिकूल परिस्थितीला सामोरं जाण्यासाठी काही विशेष उपाय या प्रकरणात आम्ही सुचवणार आहोत.

१. 'हेही क्षण जातील' हे लक्षात ठेवा

आभाळात काळे ढग कायम कधीच राहात नाहीत. हे निसर्गातलं तत्त्व आपल्याला सगळ्यांनाच माहीत आहे, पण जेव्हा आपल्यावर प्रसंग गुदरतो तेव्हा आपल्याला ह्या तत्त्वाचा विसर पडतो. त्यामुळे आपल्याला प्रचंड ताण येतो. खूपखूप वर्षांपूर्वीची गोष्ट. एक राजा राज्य करत होता. 'आपल्या राज्यात संध्याकाळपर्यंत बाजारात एखाद्या व्यापाऱ्यानं ठेवलेली वस्तू विकली गेली नाही, तर ती वस्तू ठरलेल्या किंमतीला आपण विकत घेऊ' असं त्या राजानं जाहीर केलं.

एक दिवस एका छोट्या व्यापाऱ्याचं एक छोटं पुडकं विकलं गेलं नाही. त्या पुडक्याची तो १ लाख रुपये किंमत सांगत होता, पण त्या पुडक्यात काय आहे हे सांगायला मात्र तो तयार नव्हता. त्यामुळे कोणीच ते पुडकं विकत घ्यायला पुढं आला नाही. झालं – जाहीर केल्याप्रमाणे राजाला ते पुडकं १ लाख रुपयांना विकत घेणं भाग होतं. राजानं ते पुडकं एवढ्या मोठ्या किंमतीला विकत घेऊ नये, असा सल्ला त्याच्या मंत्र्यांनी दिला, पण राजाला तो मानणं शक्य नव्हतं. दिलेलं वचन त्याला पाळावं तर लागणारच होतं.

राजानं ते पुडकं विकत घेतलं. शयनकक्षात जाऊन त्यानं ते उघडलं. कागदावर कागद– कागदावर कागद गुंडाळलेल्या त्या पुडक्याच्या शेपटच्या कागदाच्या चिठोऱ्यावर लिहिलं होतं– 'हेही दिवस जातील' प्रत्येकानंच राजाची खिल्ली उडवली, पण त्या व्यापाऱ्यानं आपल्याला उल्लू बनवलं नाही असं राजाला वाटलं.म्हणून

त्यानं तो कागदाचा कपटा आपल्या बिछान्यासमोर भिंतीवर लावून ठेवला.

काही दिवसांनी राजाच्या पुतण्यानेच बंडाचं निशाण उभारलं, शेजारच्या राजानं या राजावर तेव्हाच हल्लाही केला. राजा चिंतेत पडला. जेव्हा त्यानं आपल्या बिछान्यासमोरच्या या कागदावरच्या सल्ल्यावर नजर टाकली, तेव्हा त्याचं अस्वस्थ, चिंतातूर मन पुन्हा शांत झालं आणि तो पुतण्याचं बंड मोडून काढण्याच्या तसंच शत्रूचा हल्ला परतवण्याच्या तयारीला लागला. शांत मनानं त्यानं पूर्ण तयारी केली आणि तो यशस्वी झाला.

त्यानंतरही असे कसोटीचे क्षण त्या राजाच्या आयुष्यात अनेकदा आले, पण प्रत्येकवेळी 'हेही दिवस जातील' या सल्ल्यावर तो विचार करून निभावून नेई.

या गोष्टीतून आपल्याला फार मोठी शिकवण मिळते. जेव्हा जेव्हा आपल्या जीवनात कोणत्याही प्रकारचे क्षणिक-तत्कालिक ताणाचे प्रसंग वाट्याला येतात, तेव्हा 'हेही दिवस जातील' हा सल्ला आठवून आपणही मन आणि डोकं शांत ठेवायला शिकलं पाहिजे.

२. या जगात कोणीच अमर नाही. फक्त आत्मा अमर आहे.

आपल्यातले बहुतेकजण मरणाला घाबरतात. त्यांना मरणाची भीती वाटते, पण या जगात आपल्यापैकी कोणीच अमर नाही हे आपण लक्षात ठेवायला हवं. फक्त आपला आत्मा मात्र अमर आहे.

या जगात एकच गोष्ट निश्चित आहे आणि ती म्हणजे मृत्यू-मरण. असं आहे तर मग मरणाची चिंता कशाला करायची?आपल्या अत्यंत जवळच्या आणि आवडत्या व्यक्तीच्या निधनाचा प्रसंग उभा ठाकला, तर 'ही देवाची करणी आहे' असं समजून त्याचा स्वीकार करायला हवा. त्याचवेळी, आत्मा अमर आहे, हेही विसरून चालणार नाही. भगवद्गीतेच्या २ऱ्या अध्यायात २०वा श्लोक असा आहे–

'न जायते म्रियते वा कदाचित् नायं भूत्वा भविता वा न भूयः।
अजो नित्यः शाश्वतोऽयं पुराणो न हन्यते हन्यमाने शरीरे।।

याचा अर्थ सांगताना डॉ. एस्. राधाकृष्णन् म्हणतात– 'आत्म्याला जन्म किंवा मृत्यु नाही. त्याचप्रमाणे एकदा होऊन गेल्यावर तो पुन्हा कधी येणार नाही असंही नाही. तो आजन्म, नित्य, चिरंतन-शाश्वत, नेहमी अस्तित्वात असणारा तसेच कधीही न मृत्यु पावणारा आणि पुरातन आहे. तो ज्या शरीरात आहे, त्या शरीराचा वध झाला, तरीही तो मारला जात नाही.'

अशा प्रकारे आत्मा हा चिरंतन आणि दैवी स्वरूपात असून तो प्रत्यक्ष परमेश्वरापासूनच निर्माण होतो. ज्याप्रमाणे माणूस जुनी झालेली वस्त्रं टाकून नवी वस्त्रं परिधान करतो, त्याप्रमाणे आत्मासुद्धा जुन्या शरीराचा त्याग करून नवीन शरीर धारण करतो. असं असताना आपण त्या आत्म्याचं केवळ बाह्य आवरण असणाऱ्या नश्वर शरीराचं किती कौतुक करायचं? त्याचा किती गर्व करायचा? आपण जर याचा साकल्याने विचार केला, तर जीवनातल्या दुःखद घटनांना,

वियोगाच्या प्रसंगांना शांतपणे तोंड देऊ शकू.

३. अश्रूंचे मोल

दु:खाच्या किंवा प्रिय व्यक्तीच्या वियोगाच्या, मृत्यूच्या प्रसंगी येणारा ताण रडून मन मोकळं करण्यानं कमी होतो, म्हणूनच अशा प्रसंगात अश्रू फार मौल्यवाान ठरतात. ज्याच्यावर असा प्रसंग गुदरला असेल त्याला मोकळेपणानं रडू द्यावं. डोळ्यातून घळाघळा वाहणाऱ्या अश्रूतून अगदी सहज नैसर्गिकपणे त्या माणसाच्या मनाचा ताण मोकळा होत असतो हे लक्षात घ्या.

४. काळजीमुळे माणसाचा निराशेनं शक्तीपात होणार नाही याची काळजी घ्या.

दु:खदायक परिस्थितीत माणसाच्या शक्तीपाताचं मूळ कारण असतं – चिंता, काळजी – चिंतेबरोबरच तेव्हा पराकोटीचा ताण आणि विनाकारण वाटणारी - अनामिक भीती माणसाला घेरून टाकते. दु:खातिरेकानं माणूस अति निराश होणार नाही, याची काळजी घ्यायला हवी. अतीव दु:खाच्या वेळी प्रियजनांच्या मृत्यूमुळे मनात निराशेचे काळे ढग दाटून येतात. अशावेळी मृत्यूची अटळता स्वीकारायला हवी. शरीर मर्त्य असून आत्मा अमर आहे. 'हे वाईट दिवसही निघून जातील'. याची खूणगाठ बांधली पाहिजे. कारण, दु:खसुद्धा क्षणिक असतं. 'क्षणभंगुर असणं' हा दु:खाचा स्थायीभाव आहे.

५. दुःख शहाणपणानं पचवायला हवं

अगदी जवळच्या नातेवाइकाच्या किंवा मित्राच्या मृत्यूमुळे माणसाला सर्वात जास्त दु:ख होतं. अशावेळी माणसाच्या वाट्याला आत्यंतिक दु:खाचे क्षण येतात. अशी परिस्थिती अतिशय शहाणपणानं हाताळण्याची गरज असते. माणसाचा मृत्यू हा सुद्धा एक प्रकारे परमेश्वरानं माणसावर केलेला उपकार आहे, हे लक्षात घ्या, कारण जेव्हा आपला सखा-सोबती जगायला लायक राहात नाही, आनंदापेक्षा त्याच्या पदरी दु:ख, वेदना येतात, त्याची दुसऱ्याला मदत होण्या-ऐवजी तोच दुसऱ्याला ओझं होतो, अडसर वाटायला लागतो तेव्हा परमेश्वरच त्याला इथून उचलून घेऊन जातो. शेवटी मरण हे आत्यंतिक दु:खाचं कारण आहे, हे खरं, पण अशा प्रसंगातही परमेश्वरावर अढळ श्रद्धा ठेवून असा प्रसंग काळजीपूर्वक हाताळायला हवा. समजा आपल्यावर अशा प्रसंग घडलेल्या एखाद्या कुटुंबाला सांत्वनपर पत्र लिहायची वेळ आली तर वापरून गुळगुळीत झालेले शब्द, भाषा वापरणं टाळायला हवं. त्या दिवंगत माणसाच्या मित्रत्वाबद्दल, चांगल्या स्वभावाबद्दल, आनंदीवृत्तीबद्दल, त्याच्या चांगल्या गुणांबद्दल लिहायला हवं; त्याच्या मृत्यूबद्दल लिहिणं योग्य ठरणार नाही. मृत व्यक्ती-बद्दलच्या आपल्या चांगल्या आणि आनंददायी आठवणींना उजाळा द्यायला हवा– विशेषत: त्याची परोपकारी वृत्ती, दानशूरपणाचा प्रत्यय देणारे विविध प्रसंग सांगितले जायला हवेत.

१९२९ मध्ये हॅराल्ड जे. लास्की यांनी अशाच एका प्रसंगी

लिहिलेलं पत्र उदाहरणादाखल देत आहोत. त्यांनी हे पत्र न्यायमूर्ती ऑलिव्हर वेंडेल होम्स यांना त्यांच्या पत्नीच्या (सौ.होम्स) मृत्यूनंतर लिहिलं होतं. 'तुम्हा दोघांचं आमच्या मनात काय स्थान आहे हे तुम्ही जाणताच. त्या अतिशय मितभाषी, काहीसं राखून ठेवण्याच्या स्वभावाच्या होत्या, पण त्यांच्या प्रेमळपणाला तोड नव्हती. तुमची जोडी म्हणजे प्रेमाच्या सौंदर्याचा जणू वस्तुपाठच होता. त्यांच्या जाण्यानंतर तुमचं आयुष्य पूर्वीसारखं राहाणार नाही, याची आम्हाला पूर्ण जाणीव आहे, पण एक नक्की लक्षात असू द्या. त्यांनी उभ्या केलेल्या तुमच्या घरात माझ्यासाठी तसंच इतरांसाठीही जागा होती– आमचं स्वागत करणारं हे घर आमच्यासाठी प्रेमाचं पवित्र स्थान आहे आणि आयुष्यभर त्यांचं निरपेक्ष, भरभरून केलेलं प्रेम आमच्या नेहमीच स्मरणात राहील.'

६. दुःखी, पीडित, शोषितांची कैफियत मनापासून ऐका

दुःखी, पीडित व्यक्तीचं म्हणणं, त्याची कैफियत आपण नीट, लक्षपूर्वक ऐकली तर त्यामुळे त्याच्या मनावरचा दुःखाचा ताण कमी व्हायला नक्कीच मदत होते. 'आपलं म्हणणं शांतपणे ऐकून घेतलं गेलं,' यातूनही त्या व्यक्तीला आत्मविश्वासाची प्रेरणा मिळते. आपण अशा व्यक्तीला आपल्याकडून शक्य तितकी सांत्वना द्यावी. समोरची व्यक्ती बोलत असताना अति उत्साहापायी आपणच मध्ये मध्ये बोलण्यानं चांगल्या श्रवणक्रियेत अडथळे येतात. त्याचं बोलणं

खंडित होत राहातं. असं होऊ नये याकडे आपण लक्ष ठेवलं पाहिजे, तशी काळजी घेतली पाहिजे. देव मौन रूपात असतो, त्यामुळे 'प्रार्थना' केली असता तो नक्की पावतो. त्यात कोणतेही सल्ले-उपसल्ले देऊ नयेत.

७. ईश्वरावर श्रद्धा

आपल्या आयुष्यातल्या दुःखांना तोंड देण्याचा सर्वांत रामबाण, परिणामकारक मार्ग म्हणजे ईश्वरावर नितांत श्रद्धा असणं. ज्याचा कायम देवावर विश्वास असतो, ईश्वराबद्दल ज्याच्या मनात नेहमीच नितांत श्रद्धा असते, त्याची इतरांवरही श्रद्धा असण्याची, दुसऱ्यांबद्दल त्याच्या मनात निःशंक प्रेम असण्याची शक्यता असते. त्याहीपेक्षा महत्त्वाचं म्हणजे ज्याची स्वतःवर श्रद्धा असते, तो स्वतःवरही प्रेम करत असतो. स्वतःवर विश्वास असण्यानं आपल्याला शांती मिळते, कोणत्याही संघर्षाच्या, संकटाच्या आणि तीव्र दुःखाच्या प्रसंगावर आपण मात करू शकू ही भावना बळकट होते; त्यामुळे आयुष्यात आपण ध्येय पूर्ण करू शकतो.

'सुख-दुःखे समेकृत्वा' अशी शिकवण वाल्मिकींच्या 'रामायणा'तूनही मिळते. हा चिरंतन संदेश देताना त्यात म्हटलं आहे – 'दुःखात मन घट्ट करून ठामपणे उभे राहा, परोपकार करताना नम्र राहा आणि दुःखात किंवा सुखातही कधीच आपल्या मनाचा समतोल ढळू देऊ नका. कोणाशीच मैत्रीचा किंवा शत्रुत्वाचा, वैराचा अतिरेक करू

नका. अतिरेकी मैत्री किंवा अतिरेकी वैरभाव – दोन्ही गंभीर दोष आहेत, म्हणून नेहमीच आपल्या वागण्या-बोलण्यात, व्यवहारात सुवर्णमध्य राखत जा, त्यासाठी विशेष प्रयत्न करत राहा.

■

दैनंदिन जीवनातील कामाकडे पाहण्याचा योग्य दृष्टिकोन

'गीते'नुसार निष्काम कर्म

भगवान श्रीकृष्णांनी दैनंदिन जीवनातल्या कर्मांबाबत सर्वख्यात सूत्र गीतेमध्ये सांगितलं आहे. ते म्हणतात –

कर्मण्येवाधिकारस्ते मा फलेषु कदाचन।
मा कर्मफलहेतुर्भूर्मा ते सङ्गोऽस्त्वकर्माणि।।

अध्याय२, श्लोक ४७

– म्हणजे आपण फक्त कर्माशी-कामाशी बांधील असावं, त्याच्या किंवा त्यापासून मिळणाऱ्या फळाची-फायद्याची आशा धरू नये, विशिष्ट फायद्यासाठी कोणतंही कर्म करू नये. काहीतरी मिळण्याच्या, फलप्राप्तीच्या प्रेरणेनं काम करू नये, हा महत्त्वाचा संदेश भगवद्‌गीतेत श्रीकृष्णानं दिला आहे. आत्मा हा कर्मरहित असल्यानं तो जे शरीर धारण करतो, ते शरीरही पर्यायानं त्याचप्रमाणे वागायला हवं, हे तत्त्वज्ञान या संदेशामागे आहे. पारमार्थिक अचूकतेसाठी, पूर्णत्वासाठी हे आवश्यक आहे. म्हणून कोणत्याही कर्मातून आपला कर्तेपणाचा

-कर्तृत्वभाव वगळला पाहिजे. सवयीतून किंवा कर्तव्य म्हणून केली जाणारी कर्मे ही आपल्या शरीर आणि मनाच्या मूळ प्रवृत्तीनुसार करावीत हे शहाणपणाचं ठरतं. आयुष्यात आपण वरकरणी सर्व कर्तव्यं पार पाडावीत, पण आपलं मन मात्र स्थिर ठेवावं – अंत:करणातल्या पारमार्थिक भावाशी एकरूप ठेवावं. गीतेच्या ५व्या अध्यायात ८व्या -९ व्या श्लोकात हेच सांगितलं आहे. जो आपल्या कर्माचं फळ भगवंताच्या चरणी अर्पण करून कोणतीही आसक्ती न ठेवता आपली कर्मे 'कर्तव्य' म्हणून करत राहातो तो कमल-पत्राप्रमाणे निर्लेप राहातो. व्यक्तीच्या आध्यात्मिक प्रगतीमध्ये एखाद्या कर्मानं किती भर पडली यावर त्या कर्माची गुणवत्ता अवलंबून असते. भगवद्‌गीतेतल्या कर्मयोगानुसार कर्म हेच स्वफलित असतं.

प्रारब्ध : कर्मयोगाचा सिद्धांत समजून घेत असताना प्रारब्धाचं खरं स्वरूप काय, त्याचं महत्त्व काय हे जाणून घेणं आवश्यक आहे. कारण काहीवेळा कठोर परिश्रमांतीसुद्धा कर्माचं अपेक्षित फळ मिळत नाही. याचं मुख्य कारण म्हणजे 'प्रारब्ध!' एक प्रश्न नेहमी विचारला जातो – समजा एखाद्या भक्ताची देवावर प्रगाढ श्रद्धा आहे, तर त्याची प्रारब्धापासून सुटका व्हायला मदत होते का? होऊ शकते का?

'प्रारब्धा'ची नेमकी धारणा, त्याचं तत्त्वज्ञान समजून घेणं आवश्यक आहे. आपल्या पूर्वजन्माकडून या जन्मात आपल्याला त्याची बरी-वाईट फळं मिळतात. माणसाला त्याच्या इथल्या कर्माच्या फायद्या-तोट्याचा हिशेब इथेच द्यावा लागतो, ह्याची जाणीव प्रत्येकालाच

असते. या कर्माच्या खात्यात बऱ्यावाईट सगळ्याच गोष्टींची नोंद असते. प्रत्येकालाच आपल्या पूर्वजन्मीच्या वाईट गोष्टींची फळं या जन्मी भोगावी लागतात, तसंच आधीच्या चांगल्या गोष्टींमुळे या जन्मी सुखोपभोगही मिळत असतो. आज आपण जे-जसे आहोत, तो आधीच्या कर्मांचाच परिपाक असतो. आपला वर्तमान म्हणजे पूर्व-जन्मीच्या कर्मांचं फळ आहे, म्हणून भविष्याचा पर्याय आपल्यासाठी खुला आहे. आपल्या वर्तमानातून आपण त्याला आकार देऊ शकतो, घडवू शकतो. भविष्यकाळ आणि भूतकाळ या दरम्यान सतत बदलत राहणारा वर्तमानकाळ असतो. भूतकाळात जे रमतात-जगतात, ते मृत समजले पाहिजेत आणि जे फक्त भविष्याबद्दलच बोलतात-स्वप्नच रंगवतात ते जणू या जगात अजून जन्माला यायचे असतात. म्हणून वर्तमानकाळाचा गंभीरपणे विचार करणं, त्याचा गांभीर्यानं हिशेब देणं हे शहाणपणाचं लक्षण आहे. प्रारब्ध म्हणजे कर्माचं फळ 'अवश्यमेव भोक्तव्यम् कृतं कर्म शुभाशुभम्' असं आपल्या भारतीय धर्मग्रंथात म्हटलं आहे. या वचनाचा अर्थ असा आहे की – प्रत्येकाला आपल्या पाप-पुण्याची फळं, बऱ्यावाईट कृत्यांचे परिणाम निश्चितच भोगावे लागतात. जेव्हा फलप्राप्ती होते, तेव्हाच फळलेल्या कर्माचं विश्लेषण करता येतं, ती कर्मं 'सुफळ संपूर्ण ' मानता येतात, आणि जेव्हा प्रारब्धं नष्ट होतील, तेव्हा हे विश्वही नाहीसं होईल. फक्त नि:स्वार्थी, निष्काम कर्मानेच आपलं प्रारब्ध नष्ट होऊ शकतं. प्रारब्ध संपवण्याच्या दृष्टीनं प्रयत्न करण्यासाठी परमेश्वराला संपूर्णपणे समर्पित

होणं, फळाची आशा न धरता कर्म करणं हीच योग्य दिशा आहे. असं होईल तिथंच परमेश्वराच्या हस्तक्षेपाची, मदतीची गोष्ट पुढे येईल. चांगल्या पद्धतीनं सुयोग्य जीवन जगण्यासाठी 'प्रारब्ध' खऱ्या अर्थानं समजून घेणं अत्यंत गरजेचं नव्हे अपरिहार्यच आहे.

कर्माबद्दल आपला आजचा दृष्टिकोन

कर्माच्या सकारात्मक किंवा नकारात्मक, विधायक किंवा विघातक परिणामांची पर्वा न करता आपण आपली कर्तव्यं समत्वभावानं करत राहणं हे चांगल्या जीवनासाठी विशेषत: पारमार्थिक-आध्यात्मिक मार्गानं जगण्यासाठी गरजेचं आहे. वर्तमानातल्या आपल्या कर्माचं फळ आपल्याला फक्त आत्ताच मिळणार आहे असं नाही, तर ते कर्म भविष्यातलं आपलं 'प्रारब्ध' ठरणार आहे, हे आपण नेहमीच ध्यानात ठेवायला हवं, आणि हा आज, वर्तमान काळ, त्यातली कर्मे ही आपल्या हातात असतात. सद्य:स्थितीतल्या कर्मांकडे बघण्याचा योग्य दृष्टिकोन ठेवणं हा चिंता-काळज्या-समस्यांवर मात करण्याचा, त्यांना हाताळण्याचा योग्य मार्ग आहे. वर्तमानकाळात कर्मांकडे योग्य दृष्टीनं पाहून त्यांचा विचार केला, तर आपल्याला चिंतेतून, काळजीतून सुटण्याचा, संकटांवर मात करण्याचा सोपा आणि योग्य मार्ग सापडतो.

थॉमस कार्लाईल यांनी असेच विचार 'Past & Present' या आपल्या ग्रंथात व्यक्त केले आहेत. ते म्हणतात – 'ज्याला योग्य

कर्म सापडतं तो खरा भाग्यवान. त्याला दुसऱ्या कुठल्या सुदैवाची गरज नाही. त्याच्या जीवनाचं ध्येय मिळवून देणारं काम मिळालं आहे आणि तो त्याचा पाठपुरावा करेल.' एवढंच नव्हे तर ऐहिक जगातली यशप्राप्ती, संपादन हे सुद्धा कर्माचं, कामाचं आणि फक्त कामाचंच फळ असतं, असं सांगताना थॉमस अल्वा एडिसन यांनी म्हटलं आहे की, "चांगलं कृत्य मी कधीच अपघातानं करत नाही, माझा कोणताही शोध अपघातानं लागलेला नाही, हे शोध माझ्या कामातून निर्माण झाले आहेत, ती माझ्या कामाची फळं आहेत, परिणाम आहेत." कामाची आवश्यकता नेहमीच राहील. ते आवश्यकच आहे. म्हणून तर हेन्री फोर्ड याही पुढे जाऊन म्हणतात – 'कामाला पर्याय असणारी व्यवस्था कधीच जन्माला येणार नाही.'

■

दैनंदिन जीवनात मन, बुद्धी, विचार, हृदय आणि कृतीची शुद्धता

शुद्धतेसाठी, पावित्र्यासाठी मनःसंयम आवश्यक

अपरिपक्व किंवा वाईट विचारांवर विजय मिळवण्यासाठी मनावर ताबा, संयम असायला हवा. तरच जीवनशुद्धी येते. आपलं जीवन शुद्ध होण्यासाठी वाईट, अपरिपक्व विचार बाजूला सारण्यासाठी मन ताब्यात असणं गरजेचं आहे. 'माणसाच्या मनात वाईट विचार निर्माणच का होतात?' अशी शंका नेहमी उपस्थित केली जाते, पण खरी गोष्ट अशी आहे की वाईट विचारांमुळे मनाला त्रास होणं, हे आध्यात्मिक, पारमार्थिक वाटचालीत प्रगतीचं लक्षण आहे, कारण अनेकांना एवढीसुद्धा संवेदनशीलता नसते. काहीजणांना मन शुद्ध, शांत, स्थिर ठेवणं अवघड जातं. त्यांचे खोल ऐहिक संस्कार, प्रतिकूल परिस्थिती आणि इतर अनेक बाह्यप्रवृत्तींमुळे ते आपलं मन शांत ठेवू शकत नाहीत. काहीजणांसाठी 'वाईट विचार' ही फार मोठी समस्याच नसते. मनात कोणतीही फारशी खळबळ न उडवता ते या विचारांना मनातून इकडून तिकडे जाऊ देतात. असे विचार यायचेच.

ती एक संपणारी अवस्था आहे असं समजून त्याकडे बघतात. म्हणून आपल्या मनाकडे बारकाईनं पाहिलं पाहिजे, त्याचं निरीक्षण केलं पाहिजे. आपण सतत त्याच्याकडे गरुडासारखं बारीक नजरेनं लक्ष ठेवून दक्ष, सावध राहिलं पाहिजे. कोणत्याही प्रकारच्या मत्सर, राग, द्वेष, ईर्षा, हाव यांच्या त्रासदायक लहरींपासून मनाचं रक्षण केलं पाहिजे. या गोष्टी मनाच्या वाऱ्यालाही उभ्या राहणार नाहीत याची डोळ्यांत तेल घालून काळजी घेतली पाहिजे. त्यासाठी सर्वांत उत्तम उपाय म्हणजे परमेश्वराचं ध्यान करणं किंवा आपलं मन या गोष्टींशिवाय इतर चांगल्या गोष्टींत गुंतवणं. मोठमोठ्या संतांच्या चरित्रांच्या अभ्यासाची यासाठी आपल्याला मदत होईल. साक्षात् श्रीकृष्णानंही सत्प्रवृत्त माणसाचं वर्णन गीतेत केलं आहे. अशा माणसांच्या काही निवडक गुणांचं वर्णन करताना ते म्हणतात – (अध्याय १६ वा, श्लोक :१)

अभयं सत्त्वसंशुद्धिर्ज्ञानयोगव्यवस्थितिः।
दानं दमश्च यज्ञश्च स्वाध्यायस्तप आर्जवम्।।

याचं स्पष्टीकरण देताना डॉ. राधाकृष्णन् म्हणतात –

'निर्भयता, शुद्ध, सात्त्विक वृत्ती, आध्यात्मिक ज्ञानाचा अभ्यास, एकाग्रता, दानशूरता, आत्मसंयम आणि त्याग, वैदिक शास्त्रांचं अध्ययन, तप, चित्तातील सरळपणा असे गुण परमेश्वराचे आशीर्वाद लाभलेल्या दैवी व्यक्तीतच आढळतात.'

सत्य, अहिंसा, क्रोधाचा अभाव, क्षमाशीलता इत्यादी अन्य गुणांबाबत या श्लोकाच्या पुढच्या दोन भागांत सांगितलं आहे. रोजचं

जीवन पारमार्थिक, आध्यात्मिक होण्यासाठी हे गुण आत्मसात करणं अतिशय आवश्यक आहे. या गुणांमुळे मन आणि चित्त यांची निश्चितच शुद्धी होते.

आत्म- निष्ठा, श्रद्धा असणं अत्यंत आवश्यक

मन आणि चित्तशुद्धीच्या प्रवासात व्यक्तीची स्वत:वरच निष्ठा असणं गरजेचं आहे. आपणच आपले मित्र असतो आणि आपणच आपले शत्रू – हे लक्षात ठेवा. भगवान श्रीकृष्णाने याचं मोठं सुंदर वर्णन गीतेत केलं आहे – (अध्याय ६, श्लोक ५)

उद्धरेदात्मनात्मानं नात्मानमवसादयेत्।
आत्मैव ह्यात्मनो बन्धुरात्मैव रिपुरात्मनः।।

डॉ. एस्. राधाकृष्णन् यांनी याचा सांगितलेला अर्थ असा – 'मनुष्याने स्वत:ची उन्नती स्वत:च्या मनाद्वारेच केली पाहिजे. मनुष्याने स्वत:ची अधोगती करता कामा नये, कारण मनच स्वत: माणसाचा मित्र आहे आणि तोच त्याचा शत्रूही.'

आपल्यामध्येच परमतत्त्व सामावलेलं आहे, हे आपण नेहमी लक्षात ठेवायला हवं. दर दिवशी ही जाणीव राहिली पाहिजे, पण आपल्या हे लक्षातच येत नाही, कारण आपण आपल्या आवडत्या, नावडत्या गोष्टींतच गुंतून पडलेलो असतो. जर आपल्याला सामान्य जीवनातल्या विफलता, कारणहीनता, असंबद्धता आणि हीनता यांची जाणीव झाली नाही, तर आपलं स्वत्व-खरा अंतरात्मा या सामान्य

जीवनाचा शत्रू होतो. खरं तर वैश्विक आत्मा आणि व्यक्तीचा आत्मा हे परस्परविरोधी किंवा परस्परांचे शत्रू नाहीत. वैश्विक आत्मा हा वैयक्तिक आत्म्याचा मित्र बनू शकतो. आपल्या वासना-इच्छांवर आपला ताबा असेल आणि आपला आत्माच वैश्विक आत्म्याशी एकरूप होऊन समर्पित व्हायला तयार असेल, तर पुढे तोच आपल्याला मार्ग दाखवेल. मनावर ताबा मिळवण्यासाठी प्रखर इच्छा शक्ती, आत्मविश्वास, आत्मनिष्ठा तसंच भगवान श्रीकृष्णांनी गीतेत दिलेला संदेश पाळण्याची तयारी हवी. त्यासाठी आपल्या जीवनात नियमितपणा आणि नैतिक अधिष्ठान असायला हवं. मनाचा चंचलपणा, त्याचं वाऱ्याबरोबर धावणं ताब्यात ठेवायला हवं. ईर्षा, हेवेदावे, द्वेष-मत्सर, क्रोध, भीती, अतिरिक्त वासना, हाव, मद, मोह इत्यादी दुर्गुणांवर नेटानं, प्रयत्नपूर्वक मात करायला हवी.

मन आणि चित्तशुद्धीसाठी सत्संग

सतत धावणाऱ्या मनाला आवर घालून त्याला ताब्यात ठेवण्यासाठी, मन-चित्त आणि कृतीची शुद्धता, पावित्र्य राखण्यासाठी साधू-संतांच्या सहवासात राहायला हवं. परमतत्त्वाचं सत्य ज्यांनी जाणलं आहे, अशा साधू-संतांच्या सहवासाचा, सत्संगाचा आपल्याला नक्कीच फायदा होतो. त्यांच्या शक्तिशाली, पारमार्थिक वलयामुळे आपली आपल्यालाच ओळख पटते, त्यांच्या आध्यात्मिक तेजामुळे आत्मपरिचय होतो आणि आपल्या मनात झपाट्यानं परिवर्तन होतं.

ईश्वराला जाणून घेण्याच्या इच्छेखेरीजही आपल्या मनात इच्छा-आकांक्षांची एकच गर्दी झालेली असते. त्यामुळे मनाला आवर घालणं, ते ताब्यात ठेवणं हे फारच अवघड होऊन जातं. सत्संगामुळे आपलं हे काम सोपं होतं. त्यांच्या सहवासात या कामातले सगळे अडथळे पूर्णपणे दूर होतात. म्हणून वेळेचा सदुपयोग करण्याचं सर्वात उत्तम साधन म्हणजे 'सत्संग' होय. त्यामुळे आपल्याला आध्यात्मिक आनंद, समाधान प्राप्त होतं. मात्र त्यासाठी धर्मगुरुंची व्याख्यानं, संतांची प्रवचनं अशा ठिकाणी आपण आवर्जून उपस्थित राहायला हवं. सत्संगात राहूनच आपण 'अध्यात्म' जगू शकतो. सुदैवानं भारतात बहुतेक सगळ्या मोठ्या शहरांत, गावांमध्ये असे सत्संगाचे, धार्मिक व्याख्यानं, प्रवचनांचे उपक्रम सातत्यानं होत असतात. त्यात मुरारी बापू, श्री आसाराम बापू, भाईजी, सुधांशुजी महाराज, माँ अमृतानंदमयी यांच्यासारखे मोठमोठे गुरू आणि श्री रामकृष्ण मिशन, स्वामी चिन्मयानंद मिशन तसंच अरविंद मिशन इत्यादींचे थोर विचारवंत इंग्रजी-हिंदीबरोबरच स्थानिक भाषांमध्येही प्रवचनं देत असतात. आपण अशा सत्संगात सहभागी होऊन आपला आतला आनंद आणि आध्यात्मिक समाधान वाढवायला हवं. धार्मिक आणि पवित्र स्थळांना भेटी दिल्या की यात भरच पडेल.

परमेश्वराचं ध्यान

'ध्यान धारणा' ही आजकालच्या जगात चलनी नाण्यासारखी

वापरली जाणारी शब्दरचना आहे, पण अनेकानां 'ध्यान' कसं करावं हे माहीतही नसतं. ते केवळ फॅशन म्हणून किंवा प्रचलित पद्धत म्हणून 'ध्यानधारणे'चा जबरदस्तीनं प्रयत्न करू पाहातात, पण कदाचित त्यांना ते फार अवघड वाटत असेल. कोणत्याही गोष्टीतून आनंद मिळवायचा, ही माणसाची स्वाभाविक प्रवृत्ती आढळते. आपण चिरंतन आनंदाच्या शोधात असतो. तसा आनंद मिळवण्याच्या आशेनं आपण बाह्य जगात खूप भटकतो, व्यर्थ शोध घेत असतो, पण आपल्या पदरी निराशाच येते. मग खऱ्या, चिरंतन आणि अवीट आनंद आणि शांततेचा शोध आपण आपल्यामध्येच घेऊ लागतो. शांती, आनंद बाहेर नसून आतच आहे, बाह्य जगात नसून अंतरंगात आहे, याची जाणीव व्हायला लागते. शोध घेण्याच्या ह्या सवयीतूनच ध्यानाची सवय लागते. आत्मनिष्ठेच्या साहाय्यानं आपल्या खऱ्या प्रवृत्तींना जागं करणं म्हणजे सहज ध्यान होय. 'ज्ञानी' म्हणजेच आत्मसाक्षात्कारी व्यक्तीसाठी ध्यानधारणा ही नैसर्गिक, स्वाभाविक स्थिती आहे. एखाद्याला 'स्व-भावाची' जाणीव होणं; ही तिच्या वृत्तीसुद्धा शुद्ध होण्याची स्थिती आहे. एखाद्यानं थोडीतरी आध्यात्मिक प्रगती केल्याशिवाय ही पुढची पायरी चढता येणार नाही. तसं पाहिलं तर आपण नेहमी साधकाच्याच भूमिकेत राहातो. आत्मसाक्षात्कार होण्यासाठी त्या व्यक्तीनं सतत प्रयत्नन करून मेहनतीनं ध्येय गाठलं पाहिजे. यासाठीची पहिली पायरी म्हणजे आपण आपलं मन इंद्रिय-गोचर बाबींवरून काढून स्वतःकडे लावलं पाहिजे. गणेशपुरीचे

स्वामी मुक्तानंद यांनी आत्मसाधनेवर भर दिला आहे. त्यासाठी त्यांनी ध्यानाची नवी पद्धत सादर केली आहे. सिद्धयोगातून कुंडलिनीशक्ती जागृत करणं हा तिचा पाया आहे.

या पद्धतीत एखाद्या 'सिद्ध' गुरुकडून साधक आपोआप ध्यानाच्या स्थितीत जाऊ शकतो. ध्यानातून त्याला 'अहं ब्रह्मास्मि' – 'ते परमतत्त्व मीच आहे.' याची जाणीव करून दिली जाते. भगवद्‌गीतेच्या ६ व्या अध्यायात कृष्णानं म्हटलं आहे – (श्लोक १८ वा) 'जेव्हा साधक योगाभ्यासानं आपल्या मनोवृत्तींना, मानसिक क्रियांना आवर घालतो आणि सर्व भौतिक वासना, इच्छा, आकांक्षांपासून मुक्त होऊन 'स्थिर चित्त' अवस्था प्राप्त करतो, तेव्हा तो 'सिद्ध' झाला असं म्हणता येईल. हेच 'ध्यान' करणं होय.'

एखाद्या गुरुकडून ध्यान शिकून घेणं केव्हाही चांगलं. मनाची स्थिरता, एकाग्रता आणि शांती हा ध्यानाचा मुख्य फायदा आहे. त्यातूनच आपल्याला असीम, अवीट असा आनंद प्राप्त होतो.

शुद्धतेतून मनःशांती

प्रत्येकालाच शांती हवी असते. आयुष्यात शांतता मिळावी असं प्रत्येकालाच वाटत असतं. याबाबत पोप जॉन पॉल द्वितीय यांनी म्हटलं आहे की –'जर आपल्याला खरी शांती हवी असेल तर आपण आत्मसमर्पण करायला हवं. शांततेचा आत्मा प्रेम आहे. प्रेम मनाला शांती देतं. ही शांती कोणत्याही जया-पराजयापेक्षा, स्वतःच्या

आवडी-निवडींपेक्षा, भीती किंवा काळज्या किंवा गरजांपेक्षा महत्त्वाची असते. अशी शांती प्राप्त करणाऱ्याकडे लोक परमेश्वराबद्दलच्या प्रेमापोटी येतात, आणि मानवतेच्या प्रेमासाठी समर्पित होतात.' शुद्धता, पावित्र्य आणि शांतीबाबत सेंट विन्सेंट डी पॉल यांनी फार सुंदर विचार व्यक्त केले आहेत. ते म्हणतात – 'आपलं मन कायम स्थिर, शांत ठेवण्यासाठी, जीवनातल्या सर्व मोहांवर विजय मिळवण्यासाठी, आपल्यातील सर्व त्रुटी- अशुद्धी दूर करून आत्मशुद्धी करण्यासाठी अगदी रामबाण उपाय म्हणजे देवाच्या इच्छेवर श्रद्धा असणं – सर्व गोष्टी त्याच्याच इच्छेने घडतात यावर पूर्ण विश्वास ठेवणं.'

■

ताण-तणाव आणि दुःख टाळण्यासाठी सकारात्मक दृष्टिकोन

मनाचा समतोल कायम राखा

माणसाच्या जीवनात सुख-दु;खांचा खेळ ऊन-पावसासारखा चालू असतो. हा तर आपल्या सर्वांचा रोजचाच अनुभव आहे. आपण सगळेच कमी-अधिक प्रमाणात अडचणींना-संकटांना तोंड देत असतो. कधीतरी याचा मनावर परिणाम होऊन आपण कर्तव्याबाबत तडजोड करतो. असं होतं तेव्हा आपल्या हातून अनेक चुका घडतात. परिणामत: या चुकांच्या परिमार्जनासाठी आपल्याला पुन्हा जन्म घ्यावा लागतो आणि जन्म-मृत्यूच्या फेऱ्यातून मुक्ती मिळवण्याच्या म्हणजेच निर्वाणाच्या मार्गापासून आपण दूर जातो. असं होऊ नये यासाठी सुख-दु:खांचा मनावर मुळीच परिणाम होऊ न देणं अतिशय महत्त्वाचं आणि आवश्यक आहे. किंबहुना मनाचं संतुलन राखून विवेकबुद्धीनं कृती करण्याचा आपण प्रयत्न करायला हवा. सुख-दु:खाच्या बाबत माणसानं समदृष्टी ठेवून त्यावर विजय मिळवला पाहिजे असा संदेश भगवान श्रीकृष्णांनी गीतेमध्ये वारंवार दिला

आहे. त्याबद्दल त्यांनी 'समत्वं योगदुच्चते।' म्हणजे योग हे समत्वसाधन असल्याचं म्हटलं आहे. माणसानं जीवनात अनुकूल परिस्थितीत अत्यानंदानं हुरळून जाऊ नये, तसंच प्रतिकूल परिस्थितीला तोंड देताना किंवा कधी कोणी आपल्यावर उगाच टीका करत असताना दुःखातिरेकानं हबकून जाऊ नये, निराश, हताश होऊ नये. हाच योग्य मार्ग ठरतो. म्हणजे आपण आनंदात आणि दुःखात, कमवण्यात-गमवण्यात, कौतुकात किंवा टीकेच्या प्रसंगीही मनाचा समतोल ढळू देता कामा नये. आपण हे तत्त्व जर यशस्वीरित्या प्रत्यक्षात आणू शकलो तर जीवनातल्या ताण-तणावांवर सहज मात करू शकू आणि सुखी जीवन जगू शकू.

प्रत्येक प्रश्नाला उत्तर असतंच

जीवनात तणाव निर्माण करणारी परिस्थिती अनेकदा येते. अपेक्षा-इच्छा-मागणी असेल तर त्याचा परिणाम म्हणून तणाव येणारच. ताण ही इच्छेची, मागणीची प्रतिक्रिया आहे म्हणा ना! म्हणून विविध प्रकारच्या आशा-अपेक्षांकडे सकारात्मक नजरेनं पाहिल्यानं मनावरचा ताण हलका होतो आणि आयुष्य अधिक आनंदी, ध्येयपूर्ण व्हायला मदत होते. आपणच आपला मार्ग ठरवायला हवा. ते आपल्याच हातात आहे. आपण जे करतो, ते करायला आसपासची माणसं भाग पाडत नसतात. इतर कोणीच आपल्यावर सक्ती करू शकत नाही. उदा. रागावणं किंवा शांत राहाणं हा

आपल्या विवेकानं किंवा अविवेकानं घेतलेला निर्णय असतो, म्हणून 'प्रत्येक समस्येवर-अडचणींवर उपाय असतो, मार्ग असतो.' या तत्त्वावर आपण प्रामाणिकपणे विश्वास ठेवला, तर तणाव निर्माण करणाऱ्या समस्या आपण सहजपणे हाताळू शकतो, त्यावर तोडगा काढू शकतो. आयुष्यात संकटांना घाबरून चालत नाही. उलट त्यांच्यापासून आपण प्रेरणा घेतली पाहिजे. जनरल मोटर्सचे चार्ल्स एफ. केटरिंग यांनी म्हटल्याप्रमाणे आयुष्यातल्या अडचणी म्हणजे प्रगतीसाठी मोजलेली किंमत असते. ते म्हणत – 'मला आयुष्यात दुसरं काही नको – फक्त अडचणी हव्यात. चांगल्या बातम्या मला बळ देण्याऐवजी दुर्बळ करून टाकतात; माझ्यातली शक्ती काढून लेचंपेचं बनवतात.' ब्रिटिश पदार्थविज्ञानशास्त्रज्ञ आणि केंब्रिज विद्यापीठातले गणिताचे प्राध्यापक स्टीफन हॉवकिंग यांच्याकडून आपण खरोखरच प्रेरणा घ्यायला हवी. मज्जासंस्थेच्या दुर्धर, वेदना-कारक विकारावर मात करत मोठ्या अतुलनीय धैर्यानं त्यांनी जीवनाशी लढा दिला आणि विश्ववंद्य सर ॲझॅक न्यूटनसारख्या महान शास्त्रज्ञाच्या खुर्चीवर बसण्याचा सन्मान मिळवला.

आयुष्यात मानसिक-भावनिक ताण-तणावाच्या अनेकविध प्रसंगांना सकारात्मक भावानं सामोरे जाणाऱ्या कित्येक व्यक्तींची स्तिमित करून सोडणारी उदाहरणं सापडतात. प्रतिकूल परिस्थितीतही अशा व्यक्ती संयम राखतात, क्षमाशीलतेचं दर्शन घडवत त्या पुन्हा आनंदी वृत्तीनं उभ्या राहातात. अशा व्यक्तींचा आदर्श ठेवून आपण त्यांच्या-

कडून काहीतरी शिकलं पाहिजे.

प्रतिक्रियांचे चार प्रकार

महान ऋषी पतंजली यांनी योगसूत्रात (अध्याय १/३३) चार प्रकारच्या प्रवृत्तींच्या माणसांचं वर्णन केलं आहे. हे चार प्रकार असे–

१. आनंदी माणसांबद्दल मैत्रभाव असणारे,

२. दुःखी माणसांबद्दल दया, अनुकंपा, सहानुभूती बाळगणारे

३. गुणांबद्दल आनंदी असणारे आणि

४. दुष्टांबद्दल परकेपणाचा भाव मनात बाळगणारे

आपल्या जीवनशैलीबद्दल अतिशय आनंदी असणारी व्यक्ती भेटली तर आपल्याला मनातून कुठेतरी त्याचा हेवा वाटतो, मत्सर भाव निर्माण होतो, पण पतंजली म्हणतात की, आपण त्या व्यक्तीच्या आनंदात सहभागी व्हायला शिकलं पाहिजे, त्याच्या आनंदात आनंद मानायला पाहिजे. एखाद्या मित्राच्या आनंदाबद्दल जसं आपल्याला समाधान वाटतं, तसं दुसऱ्या व्यक्तीबद्दलही वाटलं पाहिजे.

तसंच एखादा दुःखात असेल तर आपल्यालाही त्याच्याबद्दल वाईट वाटलं पाहिजे. त्याला तुच्छ लेखून, त्या परिस्थितीचं खापर त्याच्याच माथ्यावर फोडून त्याला दोषी ठरवण्यापेक्षा त्याच्याबद्दल सहानुभूती वाटायला हवी. असं पहा, की कधी कधी दुसऱ्यांचे सद्गुण आपल्याला त्रासदायक ठरू शकतात, पण अशावेळी आपण

त्यांच्या गुणात आनंद मानून आपल्यातच सुधारणा करण्यासाठी त्यांच्याकडून प्रेरणा घ्यायला हवी.

चौथ्या प्रकारचे म्हणजे ज्यांच्या मनात दुष्प्रवृत्त किंवा दुष्ट माणसाबद्दल इतरांच्या मनात सहसा तिरस्कार आणि हिंसेची भावना असते. आपण क्वचित प्रसंगी अशा व्यक्तीला मारहाण करण्यात सफल होतो, पण ही इजा आपण आपल्याच मनाला जास्त करत असतो आणि द्वेषामुळे-तिरस्कारामुळे आपलं मन आणखी गोंधळात पडण्याची शक्यता असते. म्हणूनच दुखावलेल्या मनाच्या माणसाशी जुळवून घ्या, असं पतंजली सुचवतात.

भाव-भावना, दृष्टिकोन प्रस्फोटक असू शकतात.

व्यक्तीच्या भाव-भावना, विचार, दृष्टिकोन जर योग्य पद्धतीनं, संयमानं हाताळले गेले नाहीत, तर ते प्रस्फोटक ज्वलंत बनून हिंसेचं रूपही धारण करू शकतात; हे नेहमी लक्षात ठेवलं पाहिजे. रागाच्या भरात माणसाचा तोल जाऊ शकतो हे तर आपण बरेचदा पाहतो. कधी कधी मनात एकाच बाजूनं काहीतरी खदखदत असतं– राग अगदी गच्च भरलेला असतो, पण बाहेरून मात्र ती व्यक्ती बरीच शांत, संयमी राहून तोल सांभाळून बोलत असते. काही असो, दोन्ही प्रकारचा राग हा घातकच! भावना व्यक्त करून जर आपल्याला दिलासा मिळाला, मोकळं वाटलं आणि मनावरचा ताण हलका झाला, तर ती खरी चांगली भावना.

ताण येऊ न देण्यासाठी एक चांगला उपाय म्हणजे 'आशा' ठेवणं. समजा एखाद्या रोगाबद्दल संख्यात्मक विधानं केली की 'तुमच्या या रोगातून फक्त ५ टक्के लोक बरे झाले आहेत.' अशा वेळी 'जे लोक बरे झाले आहेत, ते शंभर टक्के बरे झाले आहेत,' हे लक्षात घ्या. ताण हलका करण्यासाठी असा 'आशावाद' ही नक्कीच चांगली सुरुवात आहे.

रागाला नकार द्या

रागाच्या भरात जेव्हा आपला संयम ढळतो, तेव्हा प्रक्षोभक परिस्थिती निर्माण होते. उत्कृष्ट जीवनशैलीसाठी रागाला 'नकार' देणं, त्याला प्रवेश नाकारणं अतिशय आवश्यक आहे. अशावेळी ग्लेण्डेल यांचा सूज्ञ सल्ला आपण लक्षात ठेवायला हवा– 'राग-संताप हे एक ॲसिड आहे, ते ज्याच्यावर पडतं त्याला जेवढी हानी पोहोचते – त्यापेक्षा कितीतरी जास्त हानी ते ज्या कुडीमध्ये साठलेलं असतं त्या कुडीला पोहोचते.' रागामुळे रागावणाऱ्या माणसाचाच तोटा जास्त होतो, म्हणून राग निर्माण करणारी परिस्थिती कौशल्यानं हाताळायला शिकलं पाहिजे. अशावेळी एकदम शांत राहायला हवं किंवा त्या परिस्थितीपासून मन दुसरीकडे कुठेतरी गुंतवायला हवं.

१९६०-६१ साली झालेल्या अमेरिकन नागरी युद्धातली गोष्ट! युद्धाचा सेनापती होता एडविन् स्टॅण्टन. सैन्यातल्या एका मेजर

जनरलनं त्याची आज्ञा धुडकावून लावली. स्टॅण्टन अमेरिकेचे राष्ट्राध्यक्ष अब्राहम लिंकन यांच्याकडे गेला. म्हणाला –'त्या माणसाला माझ्या मन:शांतीतला एक अंश मला द्यायचा आहे. त्यासाठी मी काय करू हे कृपा करून सांगा.' लिंकन उत्तरले – 'तुझ्या मनात जे आहे ते तू त्याला लिहून कळव. त्यासाठी जितकी तिखट-खरमरीत भाषा वापरता येईल, तितकी वापर' स्टॅण्टननं त्याप्रमाणे पत्र लिहून ते अध्यक्ष-महाराजांना दाखवलं. अध्यक्षांनी त्याची प्रशंसा केली. त्यावर स्टॅण्टननं विचारलं – 'सर, आता त्याला हे पत्र मी कधी पाठवू? आत्ता पाठवू?' यावर लिंकन यांनी दिलेलं उत्तर मोठं मार्मिक आहे –'काय म्हणता? पत्र पाठवायचं? आता कशाला पाठवायचं? कशाला? मुळीच पाठवू नका, फाडून टाका. त्यापेक्षा ते जाळूनच टाकलंत तर आणखी बरं! कारण, त्याविषयीचं तुमचं मन तुम्ही मोकळं केलं आहे, ते जास्त गरजेचं होतं. तुम्ही असं लिहिलेलं पत्र कधीच पाठवलं नसतंत, मी सुद्धा असं कधी केलं नसतं.'

क्षमाशीलता

तुम्हाला जर ताण नको असेल, नकारात्मक विचार टाळायचे असतील तर उत्तम मार्ग म्हणजे क्षमाशीलतेसारख्या मोठ्या सद्गुणाचे स्मरण करा आणि तो प्रत्यक्षात उतरवण्याचा प्रयत्न करा. जॉर्ज हर्बर्ट म्हणतात – 'जो माणूस इतरांना क्षमा करू शकत नाही, तो इतरांपर्यंत जाण्याच्या पुलाचे दोरच कापून टाकतो- इतरांपर्यंत

पोहोचण्याचा त्याचा मार्गच खुंटतो.' हर्बर्ट यांचं म्हणणं अगदी खरं आहे. दुसऱ्यांना क्षमा करण्यातून आपण इतरांनाही ती सवय लावू शकतो, जेणेकरून तेही आपल्या हातून झालेल्या चुका पोटात घालतील, क्षमा करतील, ती जखम चिघळू न देता त्यावर क्षमेची मलमपट्टी करतील. मनावर झालेले घाव हे क्षमा करण्यानं भरून येतात. थोर विचारवंत कफ्युशियस यांचे या संदर्भातले विचार माननीय आहेत– 'चूक करण्यात गुन्हा नाही, मात्र सारखी त्या चुकीची आठवण उगाळत बसू नये.' भगवान महावीरांनीही क्षमाशीलतेला महान गुण मानलं आहे. क्षमाशीलतेचा आणखी एक पैलू आहे. तो असा की, आपण जर दुसऱ्यांना क्षमा करणारे असलो, तर कधी आपल्या हातून घडलेल्या चुकीबद्दल आपणही मान वर करून त्यांच्याकडे क्षमा याचना करू शकतो.

अनासक्ती

अनासक्ती हा सकारात्मक दृष्टिकोनाच्या संदर्भात महत्त्वाचा गुण मानला जातो. अनेक महान संत-महंतांनी या गुणावर भर दिला आहे. पतंजली ऋषींनी आपल्या योगसूत्रात (१/१५) म्हटलं आहे– 'अनासक्ती, विरक्ती म्हणजे आत्मविजय, स्व-अधिकार! कोणत्याही ऐकलेल्या किंवा पाहिलेल्या गोष्टीपासून दूर जाण्याची, बाजूला होण्याची इच्छा म्हणजे अनासक्ती, विरक्ती खरं तर ही एक निवडीची, सद्सद्विवेकाची सवय आहे. आपण मनात निर्माण होणाऱ्या अशुद्ध,

विकृत विचार लहरींवर हळूहळू ताबा मिळवू शकतो. 'मला खरंच या वस्तूची इच्छा का झाली आहे? ही वस्तू प्राप्त होण्यानं माझा कायमचा-फायदा कोणता? ज्ञान आणि स्वातंत्र्य याकडे वाटचाल करताना विरक्ती अंगी बाणवण्यानं काय मिळणार आहे?' हे तीन प्रश्न आपल्याच मनाला विचारा. त्यांची उत्तरं नेहमीच निवड करणारी-विवेकाधारित असतात. आपल्या मनात त्या गोष्टीबद्दल इच्छा का निर्माण झाली आहे हे कळत असताना ही इच्छा म्हणजे अज्ञान आणि बंधनाचं-मोहाचं प्रतीक आहे हे ही आपल्या लक्षात येतं.

अपयशातून शिका

फारसा आनंद न देणाऱ्या काही घटनांचा अनुभव आपल्याला आयुष्यात येत असतो. आयुष्यातलं अपयश हे त्याचं एक कारण असू शकेल, पण त्यामुळे आपण शस्त्र खाली ठेवून खचून जाण्याचं कारण नाही. उलट अशा प्रतिकूल परिस्थितीतच माणसाला स्वतःचीच सहजपणे ओळख होत असते, हे लक्षात घेतलं पाहिजे. यश ही मनाचीच, पण सकारात्मक स्थिती आहे तर अपयश ही सुद्धा मनाचीच पण नकारात्मक स्थिती आहे. आपल्या भूतकाळातल्या चुकांकडे नुसतं बघत राहण्यापेक्षा त्यापासून धडा घेऊन भविष्यात यश मिळवण्यासाठी प्रयत्नशील व्हायला हवं. आयुष्यात अपयशी ठरलेल्यांसाठी प्रसिद्ध कादंबरीकार मेल्विले यांनी मोठा छान संदेश दिला आहे– 'जो माणूस कुठे ना कुठे कधीच चूक करत नाही,

ज्याच्या हातून कधीच कुठेही चूक होत नाही, असा माणूस महान होऊच शकत नाही.' आपलं आयुष्य म्हणजे पराभवांची मालिका असते, परंपरा असते. पण सुदैवानं त्यातली प्रत्येक कडी, घटना छोटी असते!

■

सर्व प्राणिमात्रांची निःस्वार्थ सेवा

परोपकार हा परमार्थाचा मैलाचा दगड आहे

समारोपाच्या या भागात आपण रोजच्या जीवनात परोपकार-दुसऱ्याची नि:स्वार्थीपणाने सेवा करण्याच्या गुणाचा विचार करणार आहोत. प्रत्येकाच्या हृदयात असणारा परमेश्वर पाहणं हा परमार्थातला सर्वोच्च क्षण मानला जातो; तसंच मानवजातीची सेवा ही खरी प्रार्थना मानली जाते. प्रत्येक माणसाची परमेश्वर मानून सेवा करण्यावर श्रीरामकृष्णांनी भर दिला आहे– प्रत्येक जीव हा 'शिव' मानून त्याची सेवा करावी या त्याच्या तत्त्वाचं स्वच्छ प्रतिबिंब त्यांच्या प्रत्यक्ष जीवनात दिसून येतं. स्वामी विवेकानंदांनी हेच तत्त्वज्ञान शब्द आणि कृतीतून आणखी विस्तृत केलं. ते म्हणतात – 'जो गरीब, दुर्बल आणि रोगी माणसात 'शिव' पाहतो, तोच त्याची खरी पूजा करतो. शिवाची खरी आराधना तोच करतो. जर माणूस फक्त मूर्तीतच 'शिव' पाहात असेल, तर त्याची आराधना – भक्ती, साधना अजून प्राथमिक अवस्थेत आहे, असं म्हणावं लागेल.'

पिक्टेटसनं या संदर्भात व्यक्त केलेलं मतही विचार करण्याजोगं

आहे – ‘दुसऱ्याचं थोडंतरी भलं केल्याशिवाय कोणीही स्वत:चं सर्वोच्च भलं साधूच शकत नाही. स्वार्थाच्या संकुचित परिघात फिरणाऱ्याच्या आयुष्याचं मोजमाप विशालतेचं महान परिमाण लावून करता येणार नाही. स्वत:चं सर्वश्रेष्ठ हित साधणं म्हणजे पर्यायानं इतर मानवजातीच्याही कल्याणाची काळजी घेणं आहे.’

सेवाकार्यात स्वत:ला वाहून घ्या

माणसानं फक्त स्वार्थ बाळगू नये. ‘माझंच भलं कसं होईल’ असा वैयक्तिक कल्याणाचाच विचार न करता त्याबरोबरच आपल्या समूहाच्या-समाजाच्याही भल्याचा विचार करायला हवा. तशी अपेक्षा तरी आहे. दानानं - दुसऱ्याला काहीतरी देण्यानं आपल्याला खूप आनंद होतो, कारण मुळातच त्यातून आपली तीव्र, सुप्त इच्छा पूर्ण होत असते.

दुसऱ्या माणसांची आणि आपल्या आसपासच्या लोकांची सेवा करण्यासाठी, त्यांना मदत करण्यासाठी आपल्याकडे मोठं डबोलंच असायला हवं असं नाही. अगदी अल्प पैशात किंवा पैसा खर्च न करता, पदरमोड न करतासुद्धा आपण बरीच सेवाकार्यं करू शकतो. उदा. परोपकाराचं सर्वात उत्तम उदाहरण म्हणजे आपल्या जवळच्या इस्पितळात जाऊन तिथल्या आजारी माणसांची प्रेमानं, आपुलकीनं विचारपूस करणं! लायन्स किंवा रोटरी क्लब किंवा रेडक्रॉस यासारख्या सेवाभावी संस्थांमध्ये सामील व्हायलाही हरकत

नाही. ती आपली नैतिक जबाबदारी-नागरी कर्तव्य मानावं. ज्याला खरोखरच सहानुभूती दाखवण्याची गरज आहे असं वाटेल, त्याच्यासाठी तसं नक्कीच करावं. आपण दुसऱ्याच्या अनुभवात सहभागी झालो, तर आपलंही अनुभवविश्व आणखी व्यापक होईल आणि दुसऱ्याला समजून घेण्याची आपली क्षमता वाढून आध्यात्मिक विकासाकडे वाटचाल होत राहील.

दैनंदिन जीवनात सेवाकार्याची 'कृती'

निःस्वार्थ सेवाकार्याच्या 'कृती'बद्दल मी एक छोटासा परिच्छेद तयार केला आहे –

सभ्य स्त्री-पुरुष हो,

एका मोठ्या भांड्यात मोजून उत्साह टाका. तो मंद आचेवर अखंड उकळू द्या. सहकाऱ्यांबद्दल-बरोबरच्या माणसांबद्दलच्या विचारांनी शिगोशीग भरलेला एक चमचा त्यात टाका. परोपकार आणि सर्वांबद्दलच्या सहानुभूतीचा थोडा अर्क त्यावर शिंपडा. ते सगळं चांगलं एकत्र मिसळा. मग स्वार्थ आणि पूर्वग्रहदूषित वृत्तीचे वर आलेले तुसकण काढून टाका. जेव्हा हा पदार्थ तयार होईल तेव्हा तो कृपया सर्वांबद्दलच्या प्रेमाच्या सॉसबरोबर वाढा, कोणाहीबद्दलचा आकस, द्वेष त्यातून काढून टाका.

सेवेची प्रेरणादायी, रंजक गोष्ट

दुसऱ्यांनी केलेल्या सेवाकार्याबद्दल आपण अनेकदा बोलतो. इथे

मला खेडेगावातल्या छोट्या शाकाहारी उपाहारगृहाच्या मालकाच्या नि:स्वार्थ नैतिक कृत्याची गोष्ट आठवते. ८ ऑक्टोबर २००० रोजी मी आणि माझी पत्नी आशाराणी लखोटिया मोटारीने नवी दिल्लीहून निघालो. उत्तर प्रदेशात बदायून जिल्ह्यात साहसवन गावी आम्हाला एका बुद्ध नातलगाच्या अंत्यक्रियेसाठी जायचं होतं. आम्ही दुपारी १च्या सुमारास हापूरला पोहोचलो. तिथं दुपारच्या जेवणासाठी थांबायचं आम्ही ठरवलं. रस्त्याच्या पलीकडे एक शाकाहारी उपाहारगृह असलेलं आम्ही पाहिलं. कोणी आगरवाल त्याचे मालक होते. जेवणाच्या दराबद्दल आम्ही चौकशी केली. तसे ते म्हणाले – "आमच्याकडे १५ रुपयाला थाळी आहे. त्यात पोळ्या आणि भाताशिवाय २ भाज्या, दही-कोशिंबीर आणि लोणचं असतं." आम्ही ३ थाळ्यांची ऑर्डर दिली – आम्ही दोघं आणि आमचा ड्रायव्हर! ५ रु.ची दह्याची जादा वाटीही आम्ही घेतली. जेवणं झाल्यावर मी त्यांच्या हातात ३ थाळ्यांचे ४५ रुपये + ५ रु.ची दह्याची जादा वाटी मिळून ५० रुपयांची नोट दिली. पण श्री. आगरवालांनी मलाच उलट १५ रुपये परत दिले. प्रत्येक थाळीमागे आपण ५रु. कमी लावलेत असं ते म्हणाले. मला आश्चर्य वाटलं. 'असं का?' याबद्दल मी चौकशी केली. तेव्हा श्री. आगरवाल म्हणाले – "अहो, तुम्ही काही पूर्ण थाळी खाल्ली नाहीत. काही काही लोक तर आठ आठ पोळ्या आणि शिवाय भात खातात – त्यांच्याकडूनही आम्ही १५च रुपये घेतो. मग तुम्ही तर कमीच खाल्लंत. म्हणून मी तुम्हाला प्रत्येक थाळीचे १०च

रु. लावलेत. अहो, शेवटी मलाही त्या वरच्या देवाला हिशेब द्यायचाय ना!''

एखाद्या आडगावातल्या छोट्या उपाहारगृहाच्या मालकाकडून असं ऐकायला मिळावं याचं आम्हाला फार आश्चर्य वाटलं. त्यानं केवढी नीतिमत्ता दाखवली होती. आमच्यासाठी हा अतिशय विरळा आणि सुखदायी अनुभव होता. त्या छोट्या हॉटेल मालकानं – सद्गृहस्थानं माझ्या मनात कायमचं स्थान मिळवलं हे नक्की.

■